ഉദിനൂരിലെ റെയിലുകൾ

Nadakkavu, Kozhikode, Kerala
www. insightpublica. com
e-mail: insightpublica@gmail. com
Title: Udhinoorile Railukal
Author: AV Santhosh Kumar
(Malayalam)
First Edition: March 2025

ISBN - 978-93-5517-777-3
Printed and Published by
Insightinpublica Printers & Publishers Ltd.

₹130/-

All Rights reserved. No Part of this Publication may be reproduced, stored in a retrieval system, or transmitted, in any form, or by any means, electronic, mechanical, photocopying, recording or otherwise, without the prior permission of the publisher

ഉദിനൂരിലെ റെയിലുകൾ

എ വി സന്തോഷ് കുമാർ

INSIGHT PUBLICA

കാസർഗോഡ് ജില്ലയിലെ ഉദിനൂർ സ്വദേശി. പതിനാറാം വയസിൽ ആദ്യ കഥ പ്രസിദ്ധീകരിച്ചു.

ഒൻപത് കൃതികൾ പ്രസിദ്ധീകൃതമായി.

1. ബേക്കൽ

2. ജീവിതത്തിന്റെ ആൽകെമി

(കഥാസമാഹാരങ്ങൾ)

3. ന്യായത്തി

4. കാമമില്ലാക്കുന്നിലമ്മ

5. പെൺഡ്രൈവ്

6. കരയിലിരുന്ന് പുഴയിൽ കുളിക്കുമ്പോൾ

(കവിതാസമാഹാരങ്ങൾ)

7. കടലിനപ്പുറത്തെ ക്ലാസ് മുറികൾ (അമേരിക്കൻ യാത്രാവിവരണം)

8. ആൽബനി ഡെയ്സ് (അമേരിക്കൻ കൗതുകങ്ങൾ)

9. ഇലക്കുപ്പായക്കാരി (ബാലസാഹിത്യം)

1987 മുതൽ ഉദിനൂർ സെൻട്രൽ എ യു പി സ്കൂൾ അധ്യാപകനായും 2024 ജൂൺ മുതൽ പ്രധാനാധ്യാപകനായും സേവനമനുഷ്ഠിക്കുന്നു. അമേരിക്കൻ ഗവൺമെന്റിന്റെ ഫുൾബ്രൈറ്റ് ഫെലോഷിപ്പ് നേടി അഞ്ച് മാസം അമേരിക്കയിൽ വിദ്യാഭ്യാസ ഗവേഷണ പ്രവർത്തനങ്ങൾ നടത്തി. സംസ്ഥാന പാഠപുസ്തക സമിതി അംഗം, SSK, സംസ്ഥാന സാക്ഷരതാ മിഷൻ, SCERT ഇവയിൽ core SRG അംഗമായി പ്രവർത്തിച്ചു. ഇംഗ്ലീഷ്, സോഷ്യോളജി ഇവയിൽ ബിരുദാനന്തര ബിരുദം. 2022ലെ കേരള സംസ്ഥാന അധ്യാപക അവാർഡ്, അവനീന്ദ്രനാഥ് സ്മാരക അധ്യാപക അവാർഡ്, അക്ഷരക്കാഴ്ച അവാർഡ്, കുട്ടെഴുത്ത് അവാർഡ്, തുളുനാട് അവാർഡ്, കൊടുങ്ങല്ലൂർ കവിമണ്ഡലം പുരസ്കാരം എന്നിവ നേടിയിട്ടുണ്ട്.

ഭാര്യ:- സുജാത സി കെ (അധ്യാപിക, PES വിദ്യാലയ പയ്യന്നൂർ)

മക്കൾ:- ജയകൃഷ്ണ, മാളവിക

ഏ വി സന്തോഷ് കുമാർ

ഉള്ളടക്കം

ഭാഗം ഒന്ന് :-

ഭാഗം രണ്ട് :-

ഭാഗം ഒന്ന്

1. ഈ ശൂന്യതയിൽ

ഒരുപാട് കാലം തണലിട്ട്
തണുപ്പേകി നിന്നിരുന്ന
ഒരു വൻമരം അടിയോടെ
മുറിച്ചിടുന്നത് കണ്ടിട്ടുണ്ടോ?

മുറിക്കും മുൻപും ശേഷവും
ആ സ്ഥലം ഓർത്തെടുത്തിട്ടുണ്ടോ?
പിച്ചിച്ചീന്തിയ ഇലകൾ
തകർന്നടിഞ്ഞ കൊമ്പുകൾ
മണ്ണിൻ മുറിവുകൾ
ചിലന്തികൾ പ്രാണികൾ
കുഞ്ഞുജീവിയനക്കങ്ങൾ
തളിരിലക്കൂട്ടങ്ങൾ

വെള്ളകീറുമ്പോൾ മരം വിട്ടുപോയ
കിളികൾ അന്തിയാകുന്നേരം
കൂടണയാൻ ചില്ലതേടിവന്നതും
അന്ധാളിപ്പിൻ കരച്ചിലുമായിട്ടെങ്ങോ
പാറിപ്പോകുന്നതും കണ്ടിട്ടുണ്ടോ?
തണലുപെറ്റിടാൻ ഓടിവന്ന വെയില്
മടിയിലിരുന്നിക്കിളിയാക്കാൻ

പാറിവന്ന കാറ്റ്
ഇലകളിലുമ്മകളായ് പറ്റിക്കൂടാൻ
വന്ന മഴക്കൊഞ്ചൽ
ഒന്നിരുന്നിളവേൽക്കാൻ മാത്രം
തൊട്ടുരുമ്മി നിന്ന വഴിപോക്കർ
അവരൊക്കെയിന്നേതുവഴിയേ
എങ്ങോട്ടുപോയോ എന്തോ!

ഇനിയെന്ത്?
മരം നിന്നിടത്താകെ
നിറയും ശൂന്യതയിൽ
ഒരു തൈച്ചെടി
മുളനീട്ടുന്നതും
വളർന്നുപന്തലിച്ചെമ്പാടും
മരമായ്പ്പടരുന്നതും
വരച്ചുവെക്കുക
ഭാവിയുടെ ജീവൻ
ഊതിയൂതിയുണർത്തുക

2. വര

കാറ്റിനെ എങ്ങനെ വരയ്ക്കും ?

ഒടിഞ്ഞുകുത്തി വീഴുന്ന മേൽക്കൂര
കടപുഴകുന്ന മരം
നെടുകെ പിളർന്ന യാനം
തലതല്ലിയാർക്കുന്ന
നിലവിളികൾക്കുള്ളിലെ
കാറ്റിനെയെങ്ങനെ വരയ്ക്കും ?

തലകുലുക്കിപ്പൂക്കൾക്കൊപ്പം
വിടരുന്നുണ്ടൊരു പുഞ്ചിരി
പാറിവരുന്നുണ്ടൊരു കുളിരിൻ
നനുപ്പാർന്ന തൊടൽ
അലയലയായ്പ്പടരും
ഉല്ലാസത്തിരകൾക്കിടയിലെ
കാറ്റിനെയെങ്ങനെ വരയ്ക്കും ?

ഇളകിയാടും മരമല്ല
പൊഴിയും ദളമല്ല
താളമിടും ഇലയല്ല
കാറ്റിനെ മാത്രമായ്
എങ്ങനെ വരയ്ക്കും ?

ചില ചുഴികൾ
ചരിഞ്ഞ വരകൾ
തുളുമ്പിവീഴും
നിറപ്പകർച്ചകൾ

വാക്കുകളിൽ നിന്ന്
കുതറിയോടുന്ന
കാറ്റിനെ മാത്രമായ്
എങ്ങനെ വരയ്ക്കും ?

3. മാടായിക്കടൽ

കടലാണ്
മാറി വരും ഭാവപ്പകർച്ചകളിൽ
നിറങ്ങളുടെ സംഘനൃത്തം
നീല തവിട്ട് പച്ച
വെളുപ്പ് ഒപ്പം ചുവപ്പ്
ഇടയ്ക്ക് മഞ്ഞ
അല്ലെങ്കിൽ
ഏതില്ല നിറം?

കാക്കപ്പൂവും കൃഷ്ണപ്പൂവും
കണ്ണാന്തളിയും കാല-
മെത്തിയാൽ നീലക്കടൽ

തിരയുണ്ട്
തിരമാലയുണ്ടെന്നാൽ
നിലയില്ലാക്കടലല്ല
തനിനിറം പിടിതരില്ല

കുഞ്ഞുകുന്ന്
പാറക്കെട്ടിന്റെ
പരുപരുപ്പ് തൊട്ടും
ചവിട്ടിയും ഇരുന്നും
കൊണ്ടേറിയാം

തട്ടിയും മുട്ടിയും
വീഴാം മുറിയാം
കടലിലെന്ന പോൽ
നനയാം മുങ്ങാം
ഏഴുമലക്കാവലിൽ
മാടായ കാട്ടുപെറ്റ കടൽ

തെക്കുണ്ട് പഴയങ്ങാടിപ്പ-
ഴക്കിലുക്കം

ആവൽ കർക്കോട്ടി കൽമരം
ഈഴചെമ്പകച്ചേലും പാണലും കൈകോർത്ത്
കായും വെയിൽ
തീത്തെളിക്കും ഓക്കിലശലഭം
പാറുംപൂക്കളാം വെള്ളിലത്തോഴി
കുഞ്ഞുവാലൻ നരിവരയൻ
കാക്കും കാരിഗുരുക്കൾ പുലി വേഷം
മറിഞ്ഞ ദൈവക്കരു മാരിത്തെയ്യം

ഉറവയൊട്ടുങ്ങാ-
ജ്ജ്രതക്കളം ബാങ്ക് വിളി
കേട്ടസ്തമയം കണ്ടുറങ്ങും

മാടായിക്കടലാണ്
തനിനിറം പിടിതരില്ല

കുറിപ്പുകൾ:

1. മാടായിപ്പാറ: കണ്ണൂർ ജില്ലയിലെ മാടായി ഗ്രാമപഞ്ചായത്തിൽ സ്ഥിതി ചെയ്യുന്ന പാറക്കെട്ടുകൾ നിറഞ്ഞ കുന്നിൻ പ്രദേശം. ഏകദേശം അറുന്നൂറേക്കളോളം വിസ്തൃതിയുണ്ട്.

2. ആവൽ, കർക്കോട്ടി, കൽമരം ഈഴച്ചെമ്പകം, പാണൽ : സസ്യവൃക്ഷജാലം

3. ഓക്കില, വെള്ളിലത്തോഴി, നരിവരയൻ, കുഞ്ഞുവാലൻ: ശലഭങ്ങൾ

4. ഒഴിവിൽ

ഉയരത്തിൽ നിന്ന്
നോക്കിയാൽ കാണാം
ഇലകൾ പൊഴിച്ച്
ചില്ലകൾ പടർത്തി മരം

അതിൻ ഏറ്റവും മുകളിലെ
നേർമ്മയിലെ ചില്ല

അതിൽ താണുപറന്ന്
വന്നിരിക്കും കിളി

ഒറ്റയ്ക്ക് തണുപ്പിൽ
കഴുത്തുവെട്ടിച്ച് നോക്കുന്നു

ചില്ല ഉയർന്നും താണും.

അത് അൽപ്പനേരം കൂടി
അങ്ങനെ തുടരുന്നു

കിളിയുടെ
ചില്ലയുടെ

ചലനം
മെല്ലെ ഇല്ലാതാവുന്നു

ചലനമില്ലാക്കിളി
ചിറകുവിടർത്തുന്നു

വിരിയും ചിറകിൽ
കാറ്റുപിടിക്കുന്നു

കാറ്റിൻ കൈപിടിച്ച്
മെല്ലെയിറങ്ങുന്നു

കിളിയുടെ ആക്കം
ചില്ലയിലേക്ക്

ആക്കത്തിന്നൊക്ക്
മെല്ലെനിലയ്ക്കുമ്പോൾ
ആകാശം കയറിയിരിക്കുന്നു
ഒഴിവിൽ

5. കേൾക്കുന്നുണ്ടോ?

അകലെ നിന്ന് കേൾക്കുന്ന
ഒരു ശബ്ദത്തെ പിന്തുടരുന്നു

അത് ഏന്ത് / ഏതിന്റെ
ശബ്ദമാണെന്ന ചോദ്യത്തിന്റെ
തോളിൽ കയ്യിട്ട്
ഏറെ ദൂരം മുന്നോട്ട് പോകുന്നു

ഇത്രയും നാൾ പരിചയമുള്ള
വസ്തുക്കൾ
ആളുകൾ
ജീവികൾ
പക്ഷികൾ
അവയുടെ ശബ്ദങ്ങൾ
ഓർത്തെടുക്കുന്നു
താരതമ്യത്തിന് മുതിരുന്നു
പരാജയപ്പെടുന്നു
പിന്നെയും ശ്രമിക്കുന്നു

പരാജയത്തിന്റെ രുചി
മധുരമാണെന്ന കള്ളം
ആവർത്തിച്ചുറപ്പിക്കുന്നു

അകലെനിന്ന് വന്ന ആ ശബ്ദം
അതുണർത്തിയ വികാരം
അതിന്റെ അനുഭൂതി
അതിന്റെ വിന്യാസം
അതിന്റെ വിനിമയം
അതിൻ രാഷ്ട്രീയം
അതിലേക്ക് തിരിച്ചുപോകാൻ
ശ്രമിക്കുന്നു
വീണ്ടും വീണ്ടും ശ്രമിക്കുന്നു
ഒക്കെയും പരാജയമായെന്നെ
തിരിച്ചറിവിൽ എത്തുന്നു

വീണ്ടും ആ ശബ്ദത്തെ തിരയുന്നു

ആ ശബ്ദം നിലച്ചുവോ?
അത് വന്നിടത്തേക്കുള്ള പാതയെങ്കിലും
ദൃശ്യമാകുന്നുണ്ടോ?

നിശബ്ദത അടയാളമിട്ട പ്രതിധ്വനിയുടെ
അവസാനിക്കാത്ത തുരങ്കം
നീണ്ടുനീണ്ടുവരുന്നത്
നിങ്ങൾ കാണുന്നുണ്ടോ?

6. ആ കിളിയുടെ പാട്ട്

ഉള്ളിൽ
ഒരു
സംഗീതോപകരണമുണ്ട്
എല്ലാവർക്കും

പാശ്ചാത്യമോ
പൗരസ്ത്യമോ
രണ്ടുമല്ലാത്തതോ
ആയ ഒന്ന്

ജനനം മുതൽ
നിങ്ങളതിൽ
പരിശീലിക്കുന്നു
നിങ്ങൾ തന്നെ ഗുരു
ശിഷ്യനും

ഒറ്റയ്ക്കാവുമ്പോഴാണ്
പരിശീലനം
ഏകാന്തത
ഏതോകാലത്തിൽ
ശ്രുതിയിടും

എട്ടാംകാലത്തിനുമപ്പുറം
അല്ലെങ്കിൽ
ഒന്നാംകാലത്തിനും കീഴെ

സ്വപ്നത്തിലും
നിരാശയിലും
വിതുമ്പലിലും
സന്തോഷത്തിലും
അതിന്
ഓരോ താളം
ശ്രുതി - ലയം

അതുകൊണ്ടാണ്
ഏതോ ഒരു നിമിഷത്തിൽ
നിങ്ങൾക്ക്
ഗിറ്റാർ പഠിക്കണമെന്ന
തോന്നലുണ്ടാകുന്നത്
അല്ലെങ്കിൽ
മറ്റേതെങ്കിലും
ഉപകരണം

പഠിച്ചാലും
ഇല്ലെങ്കിലും
ഒറ്റയ്ക്കാവുമ്പോൾ
നിങ്ങൾ
ഉള്ളിൽ
വായിക്കുന്നുണ്ട്
അത്

പക്ഷെ

ഏകാന്തതയുമായി

പിണങ്ങിയവരിൽ

അത്

പൊടിപിടിച്ച്

തന്നേയിരിക്കും

അപശ്രുതികളിൽ

കലമ്പിക്കൊണ്ടേയിരിക്കും

7. ഞാൻ കണ്ടു

എനിക്ക് മതിയായി
ഈ കണ്ണുകൾ

എപ്പോഴും ചോരുന്ന കണ്ണ്
അലങ്കാരമോ
ആർഭാടമോ അല്ല
ശല്യമാണ്
ഉപദ്രവമാണ്
അയാൾ പറഞ്ഞു

ഹൃദയം നുറുങ്ങുന്ന
കവിതയുള്ള
അല്ലെങ്കിൽ കഥയുള്ള
പുസ്തകം
അല്ലെങ്കിൽ സിനിമ
അല്ലെങ്കിൽ നാടകം
എല്ലാത്തിനോടും
കണ്ണീര് കൊണ്ടു കൈപിടിക്കും

മറ്റുള്ളവരുടെ സങ്കടം
മാത്രമല്ല

ദുഃഖിതർക്ക്
ദുരിതർക്ക്
തെറ്റിദ്ധരിക്കപ്പെട്ടവർക്ക്
അകാരണമായി ശിക്ഷ
ഏറ്റുവാങ്ങേണ്ടി വന്നവർക്ക്

എല്ലാർക്കുമൊപ്പം
നനയുന്ന കണ്ണുകൾ
ശല്യം തന്നെയാണ്..
അയാൾ തുടർന്നു

ഉള്ളുറപ്പില്ല ഒട്ടും
പ്രതിസന്ധികൾ നേരിടാൻ
കരുത്ത് വേണ്ടേ?
അൽപ്പം കല്ലിക്കണം ഹൃദയം

പരിഹാസങ്ങൾ
ഉപദേശങ്ങൾ

എനിക്ക് മതിയായി
ഈ കണ്ണുകൾ
അയാൾ കണ്ണ് തുടച്ചു

സൂര്യശോഭയാൽ അത്
തിളങ്ങുന്നത് ഞാൻ കണ്ടു.

8. ഒരാൾക്കെത്ര നിഴലുകൾ?

ഇരുട്ടിനെ ഉറക്കത്തെയും
മായ്ച്ച് എല്ലായിടവും
വെളുപ്പും വെടിപ്പുമാക്കാൻ
കൊണ്ടുപിടിച്ച ഒരുക്കങ്ങൾ

എഴുന്നേൽക്കാതിരിക്കാൻ
കാരണം തിരയുന്ന ഉറക്കം

അകത്തെ ഇരുട്ടിൽ
പാതിപുതച്ച്
ചരിഞ്ഞുകിടപ്പ്

സ്റ്റെയിൻഡ്ഗ്ലാസ് ജനലിൽ
ഇളകിയാടും കർട്ടൻ

കുതറിയോടിയും പരസ്പരം
ഓടിച്ചിട്ടുപിടിച്ചും
ഇരുട്ടും വെളിച്ചവും

പുതപ്പിൽ ചുരുണ്ട്
കൺമിഴിച്ച് കിടക്കുന്നു
തണുത്ത ഓർമ്മ

ഒരു ജനുവരി രാത്രിയിൽ
ഐ സി യു തണുപ്പിൽ
ബോധമറ്റുകിടന്ന
നാളുകൾക്കറുതിയിൽ
മരിക്കും മുൻപ് കാണണമെന്ന്
പറഞ്ഞുവിളിപ്പിച്ച്
കൈകൾ ചേർത്തുപിടിച്ച്
കൺതോർന്നിരുന്നതും
പ്രയാസച്ചിരി നീളാതെ
കൺകളെന്നേക്കുമായടഞ്ഞതും

നോക്കിനോക്കിനിൽക്കേ
മാറിമറയുന്ന നിഴലുകൾ

തോന്നലിൽ തോറ്റുന്നം പാടുന്ന
യുക്തികൾ

ജാലകവിരിയുടെ ഇളക്കത്തിൽ
തുളുമ്പുന്ന വെളിച്ചത്തുള്ളികളേറ്റ്
ഭൂമിയിൽ ഇപ്പോൾ ഇല്ലാത്ത
ഒരാളെപ്രതി മറ്റൊരാൾ
ഉറക്കമറിയാതെ കിടക്കുന്നു

9. മോഹിതം

പൂവ് വിത്തിനോട് പറഞ്ഞു
മുളയ്ക്കാമെന്നത് അതിമോഹമാണ്
മുളച്ചാ മുളച്ചു അത്രെന്നെ

വിത്ത് മുളച്ചു

വിത്ത് മുളയോട് പറഞ്ഞു
വളരാമെന്നത് അതിമോഹമാണ്
വളർന്നാ വളർന്നു അത്രെന്നെ

മുളവളർന്നു ചെടിയായി

ചെടി തണ്ടിനോട് പറഞ്ഞു
മൊട്ടിടാമെന്നത്
അതിമോഹമാണ്
ഇട്ടാ ഇട്ടു അത്രെന്നെ

തണ്ട് മൊട്ടിട്ടു

തണ്ട് മൊട്ടിനോട് പറഞ്ഞു
പൂക്കാമെന്നത് അതിമോഹമാണ്
പൂത്താലായി അത്രെന്നെ

മൊട്ട് വിടർന്ന് പൂവായി

ചെടി പൂവിനോട് പറഞ്ഞു
കായ്ക്കാമെന്നത്
അതിമോഹമാണ്
കായ്ച്ചാ കായ്ച്ചു അത്രെന്നെ

പൂവ് കായ്ച്ചു

കാ പഴുത്തു
വിത്ത് നിറഞ്ഞു
വിത്ത് വിത്തിനോട് പറഞ്ഞു
മുളയ്ക്കാമെന്നത് അതിമോഹമാണ്
മുളച്ചാ മുളച്ചു അത്രെന്നെ

വിത്ത് മുളച്ചു

മോഹത്തെ
അതിമോഹനമാക്കുന്ന
രാസവിദ്യകൾ

10. കാതലേ

മരത്തിൽ
കൊത്തിക്കൊത്തി
മരങ്കൊത്തി
അതിൻ വീടുണ്ടാക്കുന്നു

കൂടുള്ള മരം
അത് മാത്രമായി
നിൽക്കുന്നു

ഉളിയാൽ
മരത്തിൽ
രൂപങ്ങൾ തീർക്കുന്നു
ശിൽപ്പി

ചീളുകൾ പൊഴിഞ്ഞു
വീഴുമ്പോഴും
മരം അതുമാത്രമായി
നിൽക്കുന്നു

കാലം
എത്രമേൽ ചിന്തേരിട്ടാലും
താൻമാത്രമായ്
നിൽക്കുന്നു
കാതലുള്ള മനുഷ്യർ

11. മാമ്പഴച്ചാറ്

ഒരു മാമ്പഴം തരുമോ?
ഈമ്പിക്കുടിക്കുവാനൊരു
മാങ്കനി തരുമോ?
തേൻമധുരമായൊഴുകി
നിറയുമോ ചുണ്ടിൽ
കുപ്പായമില്ലാനെഞ്ചി -
ലാകേയൊലിക്കുമോ?

കാറ്റുവന്നൊന്നുലുത്തുന്ന കൊമ്പിലേ
കിളികൾ ചേക്കേറും മാവിന്റെ
കൊമ്പിലായ്
കണ്ണുപൂട്ടാതെ നോക്കിയിരിക്കുന്നു
ഞെട്ടടരുന്ന മാമ്പഴം വീഴുവാൻ

പാറിവീഴുന്നിലകളിൽ മഞ്ഞകൾ
വേഗപാതയിൽ നിദ്രയാൽ നിശ്ചലം
ഇല്ല നിലവിളിക്കുന്ന
ഫാക്ടറിയൊച്ചകൾ
ലോക്കുവീണതാണോരോ കവാടവും !

തൊട്ടുനിൽക്കുന്ന മാവിന്റെ കൊമ്പിലെ
മഞ്ഞമാമ്പഴം താഴേക്കുവീഴുവാൻ
കാത്തുനിൽക്കുന്നയേകാന്തയാമങ്ങൾ
എത്രകാലമായ് കൈവിട്ടതാണുനാം

വീണമാമ്പഴം ഓടിയെടുക്കവേ
കൂട്ടിമുട്ടിത്തെറിച്ചുപോയെങ്കിലും
മുട്ടുപൊട്ടിയവേദന പോലും നാം
പകുത്തെടുത്തതാം മാമ്പഴമധുരമായ്

നീക്കുപോക്കില്ലാ കാലമേ നിൻമുഖം
മാസ്ക്കുവച്ചു മറച്ചതാണെങ്കിലും
തെല്ലുകുളിർക്കാതിരിക്കമോ നെഞ്ചകം
തെല്ലുവിടരാതിരിക്കുമോ പുഞ്ചിരി

കാത്തുനിൽക്കുന്നു മാമ്പഴച്ചോട്ടിലായ്
മധുരമാങ്കനിക്കനിവിനായ് മാനസം
കാറ്റവന്നൊന്നുലുത്താതിരിക്കുമോ ?
ചിൽചിലണ്ണാനതിർക്കാതിരിക്കുമോ ?

ഫ്രൂട്ടി കാർട്ടനായ് ഫ്രിഡ്ജിലുണ്ടെങ്കിലും
ശീതമുറിയിലെ ഗെയിമിലാണെങ്കിലും
ഒന്നുതീറ്റണം എന്റെ പൊന്നുണ്ണിയെ
നാട്ടുമാവൊന്നു കനിയാതിരിക്കുമോ?

12. ക്യൂ

ക്യൂവിൽ
എനിക്ക് മുന്നിൽ
നിന്നവളുടെ കൈയ്യിലെ
കുഞ്ഞ് നൊണ്ണുകാട്ടി ചിരിക്കുന്നു

അതിന്ശേഷം
ഏത് ക്യൂവിൽ നിന്നാലും
തിരയുന്നു ആ പുഞ്ചിരി

അഥവാ
ആ കുഞ്ഞ്
തിരയുന്നുണ്ടെങ്കിലോ !

13. ഒച്ച്

ഒന്നുനിൽക്കാൻ
ചുറ്റും നോക്കാൻ
നേരമില്ലാതെ
കുതിക്കും കാലത്തെ
പരിഹസിക്കുംപോലെ
മെല്ലെ മാത്രം
ചലിക്കുമൊരാളെ
കാണാറുടെണ്ടിടയ്ക്കിടെ.

വേഗത്തെ പിന്നിലാക്കാൻ
കുതിച്ചോട്ടം നേരങ്ങളിൽ
പാതമുറിച്ചു കടക്കുന്നൊരാൾ.

കാത്തുകെട്ടിക്കിടക്കുകയാണിരു-
പുറം വാഹനങ്ങളനവധി.
ഹോണ്കൾ ഹുങ്കാരങ്ങൾ
ബാധിരകർണ്ണത്തിൽ വീഴും
പഴി,വഴിപിരിഞ്ഞ വാക്കുകൾ.

'പോകുവതെങ്ങോട്ടിത്രവേഗത്തിൽ?
ചോദിക്കുകയാണാ പതിതപദങ്ങൾ.
'പണ്ടുഞാനോടിക്കളിച്ചവഴികളിൽ
നിങ്ങൾ തീർത്ത വേഗപാതകൾ
ഞാൻനടന്നുപോകുംനേരമെങ്കിലും
എന്തേ,യെൻറെമാത്രമാവുകിൽ ?
വീട്ടിലോരാളുണ്ടെനിക്കു കഞ്ഞിവെച്ചു-
നൽകുവാൻ, അതിലൊരൽപമു-
പ്പിനായിപോവുകയാണങ്ങാടിയിൽ'.

ഒടിഞ്ഞോരുടൽ
മണ്ണിൽമുളച്ചോരുടൽ
മണ്ണുനോക്കിനടക്കുമുടൽ
വിണ്ണിലേക്കില്ലാതെ
മണ്ണിലേക്കുവളഞ്ഞോരുടൽ

കടന്നുപോകും തീവണ്ടിക്കായി
കാത്തുകെട്ടി നിൽക്കുംപോലെ
നിൽക്കുകയാണരാക്ഷസവേഗങ്ങൾ.
ഒച്ചുപോലെനീങ്ങുകയാണപ്പു-
വാങ്ങുവാനൊരാൾ !

14. കരച്ചിൽമഴ

എത്ര അടക്കി നിർത്തിയിട്ടും
പിടിവിട്ടുർന്ന
കരച്ചിൽ മഴയിൽ
വലിയ കുടചൂടി
ഒരു പെണ്ണ്

പിന്നിൽ
പനി മാറി മഴ
പുതുക്കത്തോടെയേറ്റ ഒരു അരവാല്യക്കാരൻ

'ഞാൻ കുടയെടുത്തില്ല, ക്കുടട്ടെ?'
എന്നവനും
'മഴ നനയാതെ
ഇതിൽ ക്കുടരുതോ?'
എന്നവളും
പറയാതെ പറഞ്ഞുവോ?

തിരിഞ്ഞും മറിഞ്ഞും
നോക്കി
നടത്തയ്ക്ക്
അവൾ വേഗം ക്കുട്ടി

വീട്ടിലെത്തി
തല തോർത്തണമെന്ന്
ഓർത്തെങ്കിലും
അവളെ കണ്ടവൻ
മഴ നിന്നുകൊണ്ടു

മഴയുടെ ഏതോവീട്ടിൽ
അവളും
പനിയുടെ ഏതോ കൂട്ടിൽ
അവനും
മറഞ്ഞു

15. ഉദിനൂരിലെ റെയിലുകൾ

വണ്ടികൾ ഒന്നും
ഓടാതിരുന്ന ഒരു ലോക്ഡൗൺ
രാത്രിയിൽ
സമാന്തരമായി മലർന്ന്
കിടന്ന് ആകാശം കാണുന്ന
രണ്ട് റയിൽപ്പാളങ്ങൾ
പതിറ്റാണ്ടുകളായ്
തുടരുന്ന കർമ്മപഥത്തിൽ നിന്ന്
തെന്നിമാറി ചുറ്റുവട്ടത്താകമാനം
ഒന്ന് ചുറ്റിക്കറങ്ങി
വന്നാലോ എന്ന ആലോചനയെ
കെട്ടിപ്പിടിച്ച് മിണ്ടിപ്പറയുകയാണ്.

'കാപ്പിലെ കുളത്തിലെ തണുത്ത
പച്ചച്ച വെള്ളത്തിൽ
മുങ്ങിക്കിടക്കണം.
ജലഗർഭത്തിലെ മരണത്തണുപ്പിനെ
കെട്ടിപ്പിടിച്ച്
കിടന്നുറങ്ങണം.
എത്ര നേരമെന്ന്

നീ എണ്ണിയെടുക്കണം'
ഒരു റയിൽപ്പാളം പറഞ്ഞു.

'അനന്തകാലത്തോളം തീവണ്ടികൾ
ചീറിപ്പാഞ്ഞുപോകും യാമങ്ങളിലെല്ലാം
നമ്മൾ
തെല്ലൊന്നനങ്ങാതെ
ശ്വാസംവിടാതെ കിടന്നതല്ലേ!
എത്രനേരമെന്ന് എണ്ണിത്തീർക്കാനാവില്ല.
അനന്തതയോളം നീളമുണ്ടതിന്'.
മറ്റേ റയിൽപാളം മറുപടി പറഞ്ഞു.

'വരുന്നവഴിക്ക്
കോഴിപ്രകാശന്റെ ഫാമിലെ
കൂട്ടുകളെല്ലാം തുറന്നുവെക്കണം.
അടഞ്ഞുകിടക്കുന്ന എല്ലാ വാതിലുകളും
തള്ളി തുറക്കണം.
തീവണ്ടിയൊച്ചകേട്ട്
പതുങ്ങി പതുങ്ങി പാവങ്ങളുടെ
വിടരാച്ചിറകുകൾ
ശരീരത്തോടൊട്ടിയൊട്ടി
പതിഞ്ഞുപോകയാൽ പറക്കില്ല തെല്ലും.
വേട്ടക്കാരന് പിടികൊടുക്കാൻ
ജനിക്കുന്ന പറക്കാപ്പറവകളല്ലേ.
അടഞ്ഞ വാതിലുകൾ തുറക്കാം.
അടഞ്ഞ മനസുകൾ എങ്ങനെ തുറക്കും?

ക്ലോത്തെ നടക്കുകുറുകേ
ക്ഷേത്രപാലകന്റെ നോട്ടം
മുറിച്ചെടുക്കുന്ന തീവണ്ടിപ്പാച്ചലിൽ
കലുക്കത്തെ മുഴുവൻ ഉള്ളിലേക്ക്
ആവാഹിച്ച് കിടന്നാമതീന്നാണോ?

അടിവയറ്റിൽ നിന്ന് ഒരിരമ്പം
രൂപപ്പെട്ടുവരുന്നുണ്ട്.
പാണ്ഡ്യദേശത്തുനിന്നും
വംഗനാട്ടിൽ നിന്നും പയറും
പരിപ്പും കടലയും അരിയും ഗോതമ്പും
വയറുനിറച്ച് വരുന്ന
ഗുഡ്സ് വണ്ടിയുടെ
ഇരമ്പമാണെന്ന് തോന്നുന്നു.
മിണ്ടാതെ കിടന്നോ.

അനന്തരം അവർ
കാതലുറച്ച
കർമ്മകാണ്ഡത്തിന്റെ തുടരധ്യായങ്ങളുടെ
എഴുത്തുപ്രവർത്തികളിൽ
വ്യാപൃതരായി.

ഭാഗം രണ്ട്

1. വിചാരങ്ങളുടെ കുഞ്ഞുങ്ങൾ

കവിതയിലെ
മൗനങ്ങളിലാണ്
വായനക്കാരൻ
വീട് വെക്കുന്നത്
ആ വീട്ടിലാണ്
വിചാരങ്ങളുടെ
കുഞ്ഞുങ്ങൾ
വളരുന്നത്

2. മൃഗം

പരസ്പരം ഭയപ്പെട്ടും
ഭയപ്പെടുത്തിയും
ഒളിച്ചും
ഒളിപ്പിച്ചും

പുറമേ
കളിചിരി
ആഘോഷങ്ങൾ
അർമാദം
കൈകൊട്ടുക്കൽ

അകമേ
കുത്തിത്തിരിപ്പ്
കുതികാൽവെട്ട്

ചതിക്കുഴി
പതിയിരുന്നാക്രമണം

ഉള്ളിൽ വളർത്തും
മുരളുന്ന
ജീവിയെ
മൃഗമെന്ന്
വിളിക്കരുത്

3. ഒച്ചപ്പെടൽ

ഒറ്റയ്ക്കാവുമ്പോൾ
അടുത്തുവന്നിരിക്കുന്ന
ഒച്ചക്കുഞ്ഞുങ്ങൾക്ക്
കഥപറഞ്ഞുകൊടുക്കുന്നത്
ഓർത്തിരിക്കുമ്പോൾ

അത് ഇങ്ങനെയുമാകാം.
'മിണ്ടിയും പറഞ്ഞും
ഏകാന്തതയെ തുരത്തും വിധം'

ഇരുട്ടിൽ
ഉടലിൽ
ഇഴഞ്ഞുകയറും ഉറക്കം
പുതപ്പുമുടുപ്പും ഉരിഞ്ഞെറിഞ്ഞ്
ഒഴികിയിറങ്ങും.

ആരവങ്ങളായി
വളർന്നുകഴിഞ്ഞ
ഒച്ചകളെ
അടർത്തിമാറ്റി
വെളിച്ചത്തിലേക്ക്
പിടഞ്ഞുണരുന്നതുവരെ.

ഒറ്റയ്ക്കാവുമ്പോൾ
അടുത്തുവന്നിരിക്കുന്ന
ഒച്ചക്കുഞ്ഞുങ്ങൾക്ക്
കഥപറഞ്ഞുകൊടുക്കുന്നത്
ഓർത്തിരിക്കുമ്പോൾ...

4. പിണക്കം

ഇണങ്ങുന്നതിണ
പിണങ്ങുന്നതോ?

ഇണയുടെ തുണയില്ലാത്ത ഒറ്റകൾക്ക്
പുറത്തെ നാട്ടുകൂട്ടങ്ങൾ തുണ .

ഇണക്കം പോലെ പിണക്കവും ഒപ്പം .
ഒരാളുടെ പിണങ്ങാനുള്ള ഇഷ്ടം
അതിനു വിധേയനാകാനുള്ള വിനയം.

പുറത്തെ തുറസ്സിലേക്ക്
കൂട്ടങ്ങളിലേക്ക്
ഇടങ്ങളിലേക്ക്
ഊളിയിട്ട്
മുങ്ങി നിവർന്ന്
കുടഞ്ഞുണരുമ്പോൾ
ഒന്നു പിണങ്ങി ഇണങ്ങുമ്പോൾ
ഇണക്കത്തിനെന്തു തെളിച്ചം !

5. മരിപ്പ് / ഉയിർപ്പ്

ഉയിർത്തെഴുന്നേൽക്കുവാൻ തോന്നുന്നു

അതേ ജീവിതം കാണാൻ.

പിന്നെയും മരിക്കാൻ തോന്നുന്നു

മറ്റൊരു ജീവിതം ജീവിക്കാൻ

6. പാപി

ഹാർവാർഡിൽ ഒരു പെൺകുട്ടിയെ കണ്ടു .
സുപ്രീം ബിച്ച് എന്നെഴുതിയ
നീല തൊപ്പി ധരിച്ചവൾ .

ബൊസ്റ്റണിൽ നിന്ന് ഹാർവാർഡിലേക്കുള്ള
മെട്രോട്രയിനിലെ തിരക്കിൽ അവൾക്കരികിൽ
എനിക്ക് സീറ്റ് തന്നു.

കൊച്ചിയിൽ മറൈൻ ഡ്രൈവിൽ
അവളെ ഒരിക്കൽക്കൂടി കണ്ടു.

പലനിറത്തിൽ കോടികളുമായി
കുതിച്ചുവന്നവർ
അവളെ കുറു വടി കൊണ്ട് അടിക്കുന്നു.

പാപം ചെയ്യാത്തവരുടെ കല്ലുകൾ
അവരെമൂടുന്നു .

7. ദാ ഇങ്ങനെ എണ്ണിയെണ്ണി

കുറെ നേരം മിണ്ടാതിരുന്നു
ദാ ഇങ്ങനെ, താടിക്ക് കയ്യും കൊടുത്ത്

അടുക്കളയിൽ നിന്ന് ഒരു പാട്ട് കേൾക്കുന്നു
റീൽസിൻ ഗസൽ പരപ്പ്

കോളിങ് ബെൽ മുഴക്കുന്നു
ആമസോണിൽ നിന്നുള്ള പയ്യൻ
ബ്രസിലിയൻ മഴക്കാടുകളിലെ തീ
അണഞ്ഞോ എന്ന ആധിയാൽ
വാതിൽ തുറന്നു
ഒരു പാക്കറ്റ് നിലത്ത് വച്ച്
തീക്കാട് തിരികെ പോകുന്നു

തിരിച്ച് വന്ന്
കുറെ നേരം മിണ്ടാതിരുക്കുന്നു
ദാ ഇങ്ങനെ, താടിക്ക് കയ്യും കൊടുത്ത്

അടുക്കളയിൽ നിന്ന് ഇപ്പോൾ
കുക്കറിൻ വിസിൽ വിളി
കോളിങ്ങ് ബെല്ലിൽ
പത്രക്കാർ പിരിവുകാർ

തിരിച്ച് വന്ന്
കുറെ നേരം മിണ്ടാതിരുന്നു
ദാ ഇങ്ങനെ, താടിക്ക് കയ്യും കൊടുത്ത്

അടുക്കളയിൽ നിന്ന് ഇപ്പാൾ
പലതരം ഗന്ധങ്ങൾ
സാമ്പാർ പപ്പടം പായസം

കോളിങ്ങ് ബെല്ലിൽ
ഹരിതകർമ്മസേന
മാളിൽ നിന്നുവന്ന നിറഞ്ഞ
കൊട്ടകൾ
ഉള്ളൊഴിഞ്ഞ് അമർത്തി
അടുക്കി വച്ചവ കൊടുക്കുന്നു

തിരിച്ച് വന്ന്
കുറെ നേരം മിണ്ടാതിരുന്നു
ദാ ഇങ്ങനെ, താടിക്ക് കയ്യും കൊടുത്ത്

തുറന്നുവച്ച ലാപ്പ്ടോപ്പിലെ
ഒഴിഞ്ഞ വേഡ് പാഡിൻ മുന്നിൽ
കുറെ നേരമായി

മിണ്ടാതിരിക്കുന്നു
ദാ ഇങ്ങനെ, താടിക്ക് കയ്യും കൊടുത്ത്

ചുവന്ന പൂവ് നീട്ടുന്നു
സ്ക്രീൻ സേവറിൽ
ഒരു പുഞ്ചിരി

8. പാളങ്ങളിൽ

ഫോൺ ശബ്ദിക്കുന്നുണ്ട്
എടുത്തില്ല
നിർത്തിയിട്ടിരിക്കുകയാണ് തീവണ്ടി
കുറേ നേരമായി

വേഗം പോകുമോ എന്ന്
അറിയാൻ വഴിയേതുമില്ല

പുലർന്നുവരുന്നതേയുള്ളൂ നേരം

കാട് കുളിര് തോട്
കുത്തനെ വീഴും മഞ്ഞ്
സൂര്യവെളിച്ചം

മണിയൊച്ച
തലയാട്ടുന്ന കുതിര

ഫോൺ ശബ്ദിക്കുന്നുണ്ട്
കാത്തിരിക്കുന്ന അക്ഷമ

ഒരു ചൂളം വിളികേൾക്കുന്നു
നീങ്ങിത്തുടങ്ങിയിട്ടില്ല
കാഴ്ച്ചകൾ

എത്തേണ്ടിടത്തേക്കിനിയും
ദൂരമുണ്ട്

ഫോൺ ശബ്ദിക്കുന്നു വീണ്ടും
അകലങ്ങളിലെ ഉദ്വേഗമേ
വൈകിയാലും
എത്തുമെന്ന തോന്നൽ
വിട്ടിട്ടില്ല

9. റോങ്ങ്

ഒരു റോങ്ങ് നമ്പറിലേക്ക് വിളിച്ചപ്പോൾ അയാൾ ചോദി.....

അങ്ങനെയല്ലല്ലോ. വിളിച്ചത് ശരിയായ നമ്പറിൽ തന്നെ. കിട്ടിയത് റോങ്ങ് നമ്പർ.

അത് വസ്തുതാപരമായി ശരിയാവില്ലല്ലോ. വിളിച്ചത് ഏത് നമ്പറിലാണോ ആ നമ്പർ തന്നെയാണ് കിട്ടിയത്.

അപ്പോൾ എടുത്തയാളുടേതാണ് റോങ്ങ് നമ്പർ.

അതും ശരിയല്ല. അയാൾക്ക് അയാളുടെ നമ്പർ ശരി. വിളിച്ചയാൾക്ക് ആ നമ്പർ തെറ്റ്.

നമ്പർ തെറ്റാം. നമ്പറിന് തെറ്റില്ല.

നിങ്ങളുടെ വിരൽത്തുമ്പിന് തെറ്റാം. നിങ്ങളുടെ ഭാഷ തെറ്റാവാം. അല്ലെങ്കിൽ നിങ്ങൾ തെറ്റാവാം.

നോക്കു അവസാഭാഗം മുഴുവൻ തെറ്റ്. എന്ന് ഞാൻ പറയുമ്പോൾ നിങ്ങൾ എന്താണ് മനസിലാക്കുന്നത് ?

10. നൊസ്റ്റു

ഓർമ്മനാശം എന്ന് കേട്ടവാറേ
ജീവനാംശം എന്ന്
ഓർമ്മയിൽ നിന്ന്
തികട്ടിവരികയും
അതിനെ ഓർമ്മാംശവുമായി ചേർത്ത്
അതിന്റെ സാധ്യതകൾ
ചികയുകയും
ചെയ്യുകയുമുണ്ടായി.

ഓർമ്മനാശം സൃഷ്ടിക്കുന്ന
അസ്വസ്ഥകളെ അവഗണനകളിൽ
കെട്ടിയിട്ടശേഷം ബാക്കിവന്നവ കൊണ്ട്
അസ്വസ്ഥതപോലെ തോന്നിക്കുന്ന
കുരുക്കുണ്ടാക്കി അതിനുചുറ്റും
ഒരു കാന്തികവലയത്തിൽ
എന്ന പോൽ മേഞ്ഞുനടക്കുമ്പോൾ

അപ്പോൾ
പലപ്പോഴായി പലയിടങ്ങളിൽ
മറന്നുവച്ച വസ്തുക്കൾ ഓരോന്നും

ഒരു മുന്നറിയിപ്പും മുൻവിധിയുമില്ലാതെ
പരിചയലേശമില്ലാതെ
മുഖം വെട്ടിച്ച് കടന്നുപോയി

കുളിമുറിയിൽ സോപ്പ് വെക്കുന്ന
തട്ടിൽ നിന്ന് ടിവി റിമോട്ട്
സോഫയിൽ നിന്ന് സ്കൂട്ടറിന്റെ താക്കോൽ
കിടക്കവിരിക്കിടയിൽ നിന്ന് കണ്ണട
1914 ലെ 4 ന്റെ സ്ഥാനത്ത് കയറിയിരുന്ന 3
ജനവരി 31 ലെ 1 ന്റെ സ്ഥാനം പിടിച്ചടക്കുന്ന 0
വീടുപൂട്ടാതെ താക്കോൽ മാത്രമെടുത്ത്
വാതിൽ മലർക്കെ തുറന്നിട്ടുള്ള പോക്ക്
മാളിൽ മറന്നു വച്ച മോളെ തിരക്കിപ്പോകുമ്പോൾ
ലിഫ്റ്റിനകത്ത് ഫ്ലോർ നമ്പർ മറന്നുള്ള നിൽപ്പ്

എല്ലാമോർത്തോർത്ത്
മറന്നുമറന്ന് നിൽക്കുമ്പോൾ
കാലിൽ വന്ന് ചുറ്റുന്നു
ചൊവ്വേ ചൊന്ന അസ്വസ്ഥയുടെ കയറ്

പാമ്പാണോ കയറാണോ എന്ന്
ഓർമ്മയിൽ തിരിച്ചറിയാനാകാത്ത
നിൽക്കെ അത് പറയുന്നു
'ഉണ്ടക്കണ്ണാ നോക്കണ്ട. പാമ്പല്ല കയറ് തന്നെ.
ഓർമ്മയെ പുഞ്ഞമല്ലേ. പുഞ്ഞം.
പൊഞ്ഞാറും നൊസ്റ്റാൾജിയയുമൊന്നും
നാലയലത്തേ പോവ്വല്ലല്ലോ. പുഞ്ഞമല്ലേ.
അതിന്റെ ശിക്ഷയാ. വാങ്ങിക്കൂട്ടിക്കോ'

11. പൂതൽപ്പൂവ്

ലോഡ്ജിലെ വിശാലമാം
മുറിയിൽ കയറുമ്പോൾ
പലതാം പൂക്കൾ പൂത്തോ-
രാരാമം മൂക്കിൽക്കേറി

തുമ്മണോ കളയണോ
അടച്ചിടണോ ഉള്ളിൽ ?
തിരികേപ്പോകും നേരം
കൂടെത്താൻ പോന്നേക്കുമോ ?

ഇരട്ടക്കിടക്കതൻ
കാണാത്ത മൂലയൊന്നിൽ
ഒളിഞ്ഞു കിടക്കുന്നു
ദളങ്ങൾ സുഗന്ധികൾ

സ്വീപ്പർ തൻ കണ്ണുകളെ
വെട്ടിച്ചു കടന്നതാണ-
വകൾ മേൽമേലെന്നെ
റൊമാന്റിക്കാക്കുന്നല്ലോ !

പണ്ടെന്നോ മറന്നതാം
ആ നല്ല ദിനങ്ങളെ
തിരികെത്തരാൻ മാത്രം
ഒരുമ്പാടെന്തിനാവാം ?

സസ്പെൻഷൻ റദ്ദാക്കുവാൻ
മേലോരേ കാണാൻമാത്രം
കാതങ്ങൾ താണ്ടിവന്ന
ഹതാശൻ പുഷ്പ്പിക്കുന്നോ?

കൈയ്യിലെ ഫയലിലേ-
യപേക്ഷാപേപ്പർക്കെട്ടിൽ
പൊട്ടിവിടരുന്നുവോ മു-
ന്തിരിത്തളിർ വള്ളി ?

പായുന്നൂ ശരവേഗാൽ
ചെന്നുനിന്നിടുന്നിതാ
കാലങ്ങൾക്കപ്പുറത്തേ
ദിനത്തിൻ ചാരേ മനം

ഇതുപോൽ ലോഡ്ജ്മുറി -
ക്കുള്ളിലെ പതുമെത്ത-
വിരിയിൽ വിതറിയ
മുല്ലമൊട്ടുകൾ സാക്ഷി

നല്ലതുതന്നേ, യാകേച്ചെ -
റുപ്പം വന്നൂ മൂടി
പൂതലാം പടുമരം
ആപാദം തളിർപ്പിച്ചു

എന്തിനു കായകൽപ്പം ?ഹോ-
ർമോണിൻ ടാബ്ബും വേണ്ട
വീണൊരു പൂവിന്നിതൾ-
ത്തുണ്ടുതാൻ മതിയല്ലോ

സുഗന്ധപൂരിതമാ-
യെന്നുള്ളമൽപ്പനേരം
മറന്നു പരിസരം പറന്നു
വാനിൽ നീളേ

ഓർക്കുമ്പോൾ കിടുങ്ങുന്നു
തളർച്ച പടരുന്നു
സുഗന്ധവാഹികളേ
തിരികേപ്പോകൂ നിങ്ങൾ

ഇല്ലിനിയേറേ നേരം
പത്തിനാണപ്പോയിൻമെന്റ്
തിരികേപ്പോകാൻ ടിക്കറ്റു-
ണ്ടൊന്നുപേഴ്സിൽ ഭദ്രം

12. മോഷണക്കേസ്

നിന്റെ പണപ്പെട്ടി
അതിവിപുലമാണെന്നും
അതിന്റെ താക്കോൽ
നിന്റെ മസ്തിഷ്കമാണെന്നും
ഞാൻ ഉറപ്പിക്കുന്നു

അങ്ങിനെ ഞാൻ
നിന്റെ പണപ്പെട്ടി
മോഷ്ടിക്കാമെന്ന
തീരുമാനത്തിലെത്തുന്നു

പല കാരണങ്ങളാൽ
നിന്റെ പണപ്പെട്ടി
എന്നും നിറഞ്ഞിരിക്കുമെന്ന്
എനിക്ക് ഉറപ്പായിരുന്നു

നിന്റെ പ്രസംഗങ്ങൾ
അന്തമറ്റ എഴുത്തുകൾ
നിന്റെ മസ്തിഷകത്തോട്
തീർത്താൽ തീരാത്ത

അസൂയയാണെനിക്ക്

നിന്റെ പുസ്തകമുറിയിൽ
വലതുഭാഗത്തെ റാക്കിൽ
മുകളിലത്തെ നിരയിൽ
നീഷേയുടെ ഗുഡ് ആന്റ്
ഈവിളിനും
കാന്റിന്റെ ക്രിട്ടിക്ക് ഓഫ്
റീസണിനും ഇടയിലാണ്
അന്ന് നീ
പണപ്പെട്ടിയുടെ താക്കോൽ
തിരുകുക എന്ന്
എനിക്കറിയാമായിരുന്നു

ആസൂത്രണങ്ങൾ
ഫൂൾപ്രൂഫാക്കി
ഒരു രാത്രിയിൽ
നിന്റെ കനത്ത പണപ്പെട്ടി
ഞാൻ കവരുന്നു

നീയപ്പോൾ
ഉമ്പർട്ടോ എക്കോയുടെ
മിസ്റീഡിങ്ങിൽ
മുഖം പൂഴ്ത്തി ഇരിപ്പായിരുന്നല്ലോ

നീ കേസ് കൊടുത്തില്ല
കാരണം
ഞാൻ കവർന്നത്
നിന്റെ മസ്തിഷ്കമാണല്ലോ

നീ വാർത്തയാക്കിയില്ല
കാരണം
ഞാൻ കവർന്നത്
നിന്റെ പണപ്പെട്ടിയാണല്ലോ

ഇപ്പോൾ ഞാൻ
നിന്റെ പണക്കെട്ടുകൾ
എണ്ണിത്തിട്ടപ്പെടുത്തുക
എന്ന സാഹസത്തിന്
മുതിരുകയാണ്

അതിന് ശേഷമാണ്
ഞാൻ മെറ്റാറീഡിങ്
എന്ന പുസ്തകമെഴുതുക

വായനയുടെ വായന
എന്നോ
അതിവായന എന്നോ
ആവില്ല അതിൻ
തലക്കെട്ട്

13. ചവിട്ടി

നാമപദമായും
ഭൂതകാലക്രിയയായും
തരാതരം പോലെ
എടുത്തിട്ട് ചവിട്ടും

ദീർഘിച്ച ചതുരവടിവ്
വൃത്തത്തിന്നൊതുക്കം
ദീർഘവൃത്തത്തിൻ
നീട്ടിയെറിഞ്ഞിരിപ്പ്
തേഞ്ഞൊട്ടാനുള്ള
കാത്തിരിപ്പ്

ചകിരിയിലും
തുണിയിലും
പ്ലാസ്റ്റിക്കിലും
റബറിലും
മാറിമാറി
ജാതിഭേദം

തലകുനിച്ച്
മുതുക്
പരത്തിവച്ച്

ചവിട്ടികൾക്കുള്ള
പരസ്യവാക്യങ്ങൾ
എഴുതാനിരുന്നതാണ്
ജാതിയും
തലകുനിപ്പും
ചവിട്ടിത്തേക്കലും
ചോദിക്കാതെ
അധികാരപൂർവ്വം
കയറിവന്നതാണ്

14. ചെന്നായ്ക്കൾ

മുയലുകൾക്കൊപ്പം
മുയലായിക്കഴിയണം
അഭിപ്രായങ്ങൾക്ക്
കാതുകൊടുക്കണം
കാണുന്നതെല്ലാം
സൂക്ഷ്മം നിരീക്ഷിക്കണം
ഒപ്പം നിൽക്കുന്നുണ്ടെന്ന്
ഇടയ്ക്കിടെ
തോന്നിപ്പിക്കണം
നമ്മുടെ രാജ്യം
ഇതാ വന്നെത്തി എന്ന്
നാഴികയ്ക്ക് നാൽപതുവട്ടം
പറഞ്ഞുകൊണ്ടിരിക്കണം
അതിനെക്കുറിച്ചുള്ള
സ്വപ്നങ്ങൾകൊണ്ട്
പാഠപുസ്തകങ്ങൾ
നിറയണം
ഉളിപ്പല്ലുകളും
നഖങ്ങളും
ആരും കാണാതെ

രാകിമിനുക്കണം
ആർക്കും
ഒരു സംശയവും
തോന്നാതെ
ഓരോന്നിനെയായി
കൊന്നുകൊന്നുതള്ളണം

15. കുടുക്ക്

ഇന്നലെ വാങ്ങിയ രണ്ട് കുപ്പായങ്ങൾക്ക്
രണ്ട് തരം കുടുക്കുകൾ

ഒന്ന്
കഴുത്ത് കുരുക്കിൽപ്പെട്ട്
കിടപ്പാണ്

എറിഞ്ഞ് കുടുക്കിയതാണ്
പിടിച്ച് വലിക്കുന്നുണ്ടാരോ

രക്ഷപ്പെടുത്താനോ കുരുക്ക്
മുറുക്കി
കുരുക്കല്ല
ഹാരമാണെന്ന് കരുതിയേക്കാം

രക്തഹാരമാവാം
തുന്നിക്കൂട്ടിയിട്ടുണ്ട് മുറിവുകൾ

അതിലേക്ക്
തലയിടാൻ പോയതാണ്

കുരുക്കായത്!
എത്രകാലമിങ്ങനെ
ആപ്പിൽ കുടുങ്ങിയിരിക്കണം!

ഗുണപാഠം : You always need to hear both sides of the story

രണ്ട്
ഒട്ടിച്ചേർന്ന് കിടപ്പാണ്
പുറത്തു നിന്ന് നോക്കിയാൽ
സയാമീസ് ഇരട്ടകൾ

അല്ലല്ല
ഒന്നാണും മറ്റേത് പെണ്ണും

നായ്ക്കളുടെ
സുരതക്രിയപോലെ
താത്കാലികമായ പെടൽ

ഒന്ന് ആഞ്ഞുവലിച്ചാൽ
വേർപെട്ട് വരും
ചോരപൊടിയാതെ

അവക്ഷിപ്തങ്ങളിൽ
ഉയിർകൊള്ളാൻ
ഒരു തലമുറ

ഗുണപാഠം : There are several sides to a single story

16. പൂച്ച

അവൾക്ക് ഇളം മേനിയാണ്
അവനും
അവൾക്ക് നീണ്ട നഖങ്ങളുണ്ട്
അവനൊറ്റവിരലിലാണെന്ന് മാത്രം
അവനിൽ നഖക്ഷതങ്ങൾ ഒട്ടുമേയില്ല
പക്ഷേ അവളിൽ കാണാത്തിടങ്ങളിലൊക്കെയുണ്ട്
പോറലുകൾ
അവൾക്കതിൽ പരിഭവമേറെയുണ്ട്
വേദനയും
ഇഷ്ടം കൂടുമ്പോൾ പറ്റിപ്പോകുന്നതാണെന്നവൻ പറയുമ്പോൾ
അവൾ എല്ലാം വേദനയും മറക്കും
അപ്പോളവൻ
ഉളിപ്പല്ലുകാട്ടി ചിരിക്കും.

17. വെള്ളം, കല്ല്

എല്ലാ ദിശയിലേക്കും
കുത്തിയൊഴുകുന്ന
പേരറിയാജലപ്പരപ്പ്

അതിൽ
എതോഴുക്കിലും
അടിയിളകാതുറച്ച്
ഒരു ഘനീഭൃതശില

അതിനെ
ചുഴിയായ്
ചുറ്റിപ്പിണഞ്ഞ-
മ്മാനമാടാൻ തിര
വീണ്ടും തിര
തിരയ്ക്കു പിൻപേ
തിര
-------തി
-----------ര
--------------തി
-------------------ര
--------------------- തി

കാറ്റുകൊണ്ട് അളക്കുന്ന അഴിവുകൾ, അകംപുറങ്ങൾ

ടി. പി. വിനോദ്

പദാർത്ഥങ്ങളുടെ സുഷിരസ്വഭാവവും ആന്തരികമായ പ്രതലവിസ്തീർണ്ണവും കണക്കാക്കുന്നതിന് Brunauer-Emmett-Teller (BET) സിദ്ധാന്തത്തെ അടിസ്ഥാനമാക്കിയ ഒരു പരീക്ഷണ സംവിധാനം ഉപയോഗിക്കാറുണ്ട്. നൈട്രജൻ പോലുള്ള ഒരു വാതകത്തെ പരിശോധിക്കപ്പെടുന്ന പദാർത്ഥത്തിലൂടെ കടത്തിവിടുകയും അതിനുള്ളിൽ ആഗിരണം ചെയ്യപ്പെടുന്ന വാതകത്തിന്റെ അളവ് തിട്ടപ്പെടുത്തുകയുമാണ് ഇതിൽ ചെയ്യുക. ആഗിരണം ചെയ്യപ്പെടുന്ന വാതകത്തിന്റെ അളവിൽ നിന്ന് പദാർത്ഥത്തിന്റെ സുഷിരസ്വഭാവവും ആന്തരികമായ പ്രതലവിസ്തീർണ്ണവുമൊക്കെ കണക്കാക്കാൻ BET സിദ്ധാന്തം സഹായിക്കും. എ. വി. സന്തോഷ്കുമാറിന്റെ കവിതകളിലൂടെ കടന്നുപോയപ്പോൾ അവയുടെ പ്രവർത്തനതത്വത്തിന് മേൽപ്പറഞ്ഞ സാങ്കേതികവിദ്യയുമായി സാമ്യമുണ്ട് എന്ന് തോന്നുകയുണ്ടായി. ജീവിതത്തിന്റെയും സംസ്കാരത്തിന്റെയും ഉള്ളറകളിലൂടെ കടന്നുപോയിക്കൊണ്ട് അവയെപ്പറ്റിയുള്ള നിർണ്ണായക വിവരങ്ങൾ വെളിപ്പെടുത്തുന്നുണ്ട് ഈ പുസ്തകത്തിലെ കവിതകൾ. കാറ്റ് എന്ന പ്രതിഭാസം ഈ കവിതകളിൽ പ്രമേയമായും രൂപകമായും കഥാപാത്രമായും പലരൂപങ്ങളിൽ കടന്നുവരുന്നത് ഇതോടൊപ്പം ചേർത്താലോചിക്കാവുന്ന ഒരു കാര്യമാണ്. ജീവിതത്തെ അറിയാനും അളക്കാനും അടയാളപ്പെടുത്താനും ഓർത്തെടുക്കാനുമുള്ള പുതിയ തോതുകളെ നേരിട്ടും അല്ലാത്തതുമായ രീതികളിൽ അവതരിപ്പിക്കുന്നത് ഏതുകാലത്തെയും മികച്ച സാഹിത്യകൃതികളുടെ ലക്ഷണമാണ്. ഈ തോതുകളുടെ സ്വഭാവവും

മുൻഗണനകളും പ്രവർത്തനരീതികളും ചേർന്നാണ് സാഹിത്യകൃതിയുടെ ദർശനാനുപാതം രൂപപ്പെടുന്നത് എന്നും പറയാം. സന്തോഷ്കുമാറിന്റെ കവിതകൾ നമ്മുടെ ജീവിതത്തെയും സംസ്കാരത്തെയും മനുഷ്യത്വത്തെയും അവയുടെ സൂക്ഷ്മതകളിൽ പരിശോധിക്കുന്നു. അതിനോടൊപ്പം തന്നെ സൂക്ഷ്മതകളുടെ പരിധികളെ പുനർനിർണ്ണയിക്കുന്ന ഒരു പ്രവർത്തനവും ആ കവിതകളിലുണ്ട്. ആഴങ്ങളുടെയും ആവൃത്തികളുടെയും ഘടനകളുടെയും കണ്ടെടുക്കപ്പെട്ടിട്ടില്ലാത്ത സൂക്ഷ്മതകളെ അവതരിപ്പിക്കുകയും ഉന്നയിക്കുകയും ചെയ്യേണ്ടത് കവിതയുടെ ധർമ്മമാണെന്ന് ഈ എഴുത്തുകാരൻ വിശ്വസിക്കുന്നുണ്ട്.

കനേഡിയൻ തത്വചിന്തകനായ Charles Taylor തന്റെ A Secular Age എന്ന പുസ്തകത്തിൽ 'Porous Self' എന്നും 'Buffered Self' എന്നുമുള്ള സംപ്രത്യയങ്ങൾ അവതരിപ്പിക്കുന്നുണ്ട്. Porous Self എന്നത് നമ്മുടെ സ്വത്വത്തിനും പുറംലോകത്തിനും ഇടയിൽ വിടവുകളും സുഷിരങ്ങളും നിറഞ്ഞൊരു അതിർവരമ്പ് നിൽക്കുന്ന അവസ്ഥയെ സൂചിപ്പിക്കുന്നു. പുറത്തുനിന്നുള്ള ആശയങ്ങളും ആഹ്വാനങ്ങളും ഭീതികളുമൊക്കെ എളുപ്പത്തിൽ നമ്മുടെ അകത്തേക്ക് കടക്കുകയും തത്ഫലമായി അടിസ്ഥാനപരം പോലുമായ മാറ്റങ്ങൾ നമ്മളിൽ ഉണ്ടാവുകയും ചെയ്യാവുന്ന ഒരു സ്വത്വസ്ഥിതിയാണത്. പലവിധത്തിൽ വശീകരണവിധേയമായ (Enchanted) മനസ്സോടെ ജീവിച്ച നമ്മുടെ പൂർവ്വികർ ഈ സ്ഥിതിയിലായിരുന്നു. ഇതിൽ നിന്ന് വ്യത്യസ്തമായി ഇന്നത്തെ മനുഷ്യർ Buffered Self ആയി ജീവിക്കുന്നു എന്നും ഈ സ്ഥിതിയിൽ നമ്മുടെ ആന്തരികജീവിതത്തിനും പുറംലോകത്തിന്റെ സ്വാധീനങ്ങൾക്കുമിടയിൽ വളരെ അടച്ചുറപ്പുള്ള, ചോർച്ചകളോ വിള്ളലുകളോ ഇല്ലാത്ത അതിരുകൾ ഉണ്ട് എന്നും ടെയ്‌ലർ നിരീക്ഷിക്കുന്നു. മതേതരത്വം, ദൈവവിശ്വാസം, ആത്മം-അപരം മുതലായവയുടെ സാമൂഹ്യപരിണാമത്തെ മനസ്സിലാക്കാനും വിശദീകരിക്കാനുമാണ് ടെയ്‌ലർ ഈ സംപ്രത്യയങ്ങളെ തന്റെ പുസ്തകത്തിൽ ഉപയോഗിക്കുന്നത്. എങ്കിലും, ഏറ്റവും പുതിയ കാലത്തെ മനുഷ്യവ്യവഹാരങ്ങൾക്ക് കൈവന്നിട്ടുള്ള ദ്വന്ദ്വ (binary) സ്വഭാവത്തെ സംബന്ധിക്കുന്ന ചിലത് Buffered Self/Porous Self എന്നീ നിലകളിൽ നിന്ന് കണ്ടെടുക്കാനാവുമെന്ന് തോന്നുന്നു. സംവാദങ്ങളിലൂടെയും ആശയവിനിമയങ്ങളിലൂടെയുമുള്ള അഭിപ്രായമാറ്റം അല്ലെങ്കിൽ നിലപാടു മാറ്റം ഇന്നത്തെ കാലത്ത് സംഭാവ്യത തീരെ കുറഞ്ഞ ഒന്നായിട്ടുണ്ട് എന്ന് എല്ലാവരും കരുതുന്നുണ്ട്. നമ്മുടെ ഇഷ്ടാനിഷ്ടങ്ങൾക്കും ബോധ്യങ്ങൾക്കും പുറത്തു നിന്നുള്ള

ഒരു കാര്യത്തെ പരിഗണിക്കാനോ പരിശോധിക്കാനോ പോലുമുള്ള സന്നദ്ധത നമുക്ക് കൈമോശം വന്നിരിക്കുന്നു. നമ്മുടെ ബോധത്തിന്റെ കോശങ്ങൾക്ക് നിഷേധത്തിന്റെ ഉരുക്കുഭിത്തികൾ ഉണ്ടായി വന്നിരിക്കുന്നു. ഒന്നിനും പിടികൊടുക്കില്ല എന്ന കുടഞ്ഞ് കുതറൽ നിത്യാഭ്യാസമാവുകയും അതിൽ നിന്ന് ബൈനറികളുടെ മസിൽ മെമ്മറി രൂപപ്പെടുകയും ചെയ്യുന്നു. Buffered Self ന്റെ അതിതീവ്രമായ ഈ അവസ്ഥാന്തരത്തിൽ നമുക്കും മറ്റുള്ളവർക്കും ഇടയിൽ പൊതുസമ്മതിയുള്ള യാഥാർത്ഥ്യങ്ങൾ ഇല്ലാതായിക്കൊണ്ടിരിക്കുന്നു. ഇക്കാരണങ്ങൾ കൊണ്ടുതന്നെ ഇന്നത്തെ ഒരാളിന്റെ ഭാവുകത്വത്തിന്റെ മൂല്യം എന്നത് അയാളുടെ ദർശനലോകം എത്രകണ്ട് ഈ ബൈനറികളുടെ ഉത്പാദനത്തെയും വിതരണത്തെയും ചെറുക്കുന്നു എന്നതിനെ ആശ്രയിച്ചിരിക്കുന്നു എന്നാണ് എന്റെ അഭിപ്രായം. നിലപാടുകളിലെ അഴിവും തെറ്റ് സമ്മതിക്കൽ ക്ഷമത (falsifiability) യും ഭീതിയില്ലാതെ തുറന്ന മനസ്സും ചേർന്നാണ് ഒരാളെ ഈ ചെറുത്ത് നിൽപ്പിന് പ്രാപ്തനാക്കുക.

അകത്തേക്കും പുറത്തേക്കുമുള്ള വഴികളുടെ/വെളിച്ചങ്ങളുടെ സമൃദ്ധിയും സ്വാതന്ത്ര്യവുമാണ് സന്തോഷ്കുമാറിന്റെ കവിതകളുടെ ലക്ഷ്യങ്ങളെ തീരുമാനിക്കുന്നത്. “കാറ്റിനെ മാത്രമായ്/എങ്ങനെ വരയ്ക്കും ?” എന്ന് ഒരു കവിതയിൽ നേരിട്ട് ചോദിക്കുന്നുണ്ട് കവി. കാറ്റ് എന്നത് പ്രകൃതിജന്യമായ ഒരു പ്രതിഭാസമാണ്. മർദ്ദവ്യത്യാസങ്ങളും ഊഷ്മവ്യതിയാനങ്ങളും വാതകസാന്നിധ്യവുമൊക്കെ ഒത്തുചേരുന്ന സവിശേഷസാഹചര്യത്തിലെ സ്വാഭാവിക പ്രതിഭാസമാണല്ലോ കാറ്റ്. കാറ്റ് എത്തിച്ചേരുന്നിടമാകട്ടെ, മാറ്റിമറിക്കപ്പെട്ട ഒരിടമായി മാറുകയും ചെയ്യുന്നു. മാറ്റത്തിലൂടെ കാറ്റ് ആ സ്ഥലത്തിന്റെ പുതിയ അവസ്ഥയിൽ പങ്കാളിയാവുന്നു. കാറ്റ് സഞ്ചരിക്കുന്ന വഴി തന്നെയാണ് കാറ്റ് എന്നും ആലോചിക്കാവുന്നതാണ്. അതുകൊണ്ടാണ് കാറ്റിനെ മാത്രമായി വരയ്ക്കാൻ (എഴുതാനും) പറ്റാത്തത്. രൂപകമായും, പ്രതീകമായും, അന്വേഷണമായും ഈ കവിതകളിൽ കാറ്റിനെ ഉൾപ്പെടുത്തിയിട്ടുണ്ട്. ഒരുപക്ഷേ, ഭാഷയിലൂടെ കടന്നുപോകുന്ന ഭാവനയുടെയും ദർശനത്തിന്റെയും വൈകാരികതയുടെയും കാറ്റായി കവി തന്റെ കവിതയെ തിരിച്ചറിയുന്നുണ്ടാവാം.

ഒരു മരത്തിന്റെ നേർത്ത ചില്ലയിൽ കിളി പറന്നുപോയ ഒഴിവിൽ ആകാശം കയറിയിരിക്കുന്നു എന്നാണ് ‘ഒഴിവിൽ‘ എന്ന കവിത അവസാനിക്കുന്നത്. ഇടങ്ങളുടെയും ചലനങ്ങളുടെയും ഭാരങ്ങളുടെയും ആക്കങ്ങളുടെയും വിന്യാസങ്ങളെ സൂക്ഷ്മവിശദാംശങ്ങളിലൂടെ

പിന്തുടരുന്ന മനോഹരമായ ഒരു കവിതയാണിത്. ചില്ലയിലെ കിളിയുടെ ഒഴിവിൽ ആകാശം കയറിയിരിക്കുന്ന എന്ന സങ്കൽപ്പം അസാധാരണമായ ഒരു ഭാവനയാണ്. ആകാശത്തിന്റെ അതിരുകൾ എന്നത് അമൂർത്തമായ ഒരു സങ്കൽപ്പമാണ്. ഭൂമിയുടെ ഏത് ബിന്ദുവിൽ നിന്നും ആകാശത്തിന് തുടങ്ങാമല്ലോ. പർവ്വതങ്ങളുടെ ഉയരങ്ങളിൽ നിന്നും കിടങ്ങുകളുടെ ആഴങ്ങളിൽ നിന്നും ആകാശം തുടങ്ങുന്നു എന്ന് വിചാരിക്കാം, സാങ്കേതികമായും അല്ലാതെയും. പരമാണു (atom) വിലെ ഭൂരിഭാഗം സ്ഥലവും ശൂന്യതയാണ് എന്നാണ് ശാസ്ത്രം കണ്ടെത്തിയിട്ടുള്ളത്. ഓരോ പരമാണുവിലും ഒരു നുള്ള് ആകാശമുണ്ടല്ലോ എന്ന് ഈ കവിത എന്നെക്കൊണ്ട് ആലോചിപ്പിച്ചു. വലിയ കവി(ത) കൾ നമ്മുടെ നമ്മുടെ പരിപ്രേക്ഷ്യത്തെ വികസിപ്പിക്കുന്നതിന്റെ ഉന്മേഷകരമായ അനുഭവമായി ഈ കവിതയുടെ വായന. സന്തോഷ്കുമാറിന്റെ കാവ്യസങ്കൽപ്പത്തിന്റെ കൃത്യതയുള്ള ഒരു പ്രതിഫലനം ഈ കവിതയിലുണ്ട് എന്നും തോന്നുന്നു. ഒഴിവുകളിൽ കയറിയിരിക്കുന്ന ആകാശം കവിത തന്നെയല്ലേ എന്ന് കവി ചോദിക്കുന്നത് ചെവിയോർത്താൽ കേൾക്കാം. മുറിവുകൾ ഒരു തരത്തിലുള്ള ഒഴിവുകൾ തന്നെയാണല്ലോ എന്നും ആ കേൾവിക്ക് തുടർച്ച സാധ്യമാണ്.

'ആൾത്താമസമുള്ള കവിതകളെക്കുറിച്ച്' എന്നൊരു കവിതയുണ്ട് ഈ സമാഹാരത്തിൽ. കവിതകളുടെ വായന കവിയും വായനക്കാരും തമ്മിലുള്ള സർഗാത്മകവും ജൈവികവുമായ ഒരു പങ്കാളിത്തമാവുന്നതെങ്ങനെ എന്ന് ഈ കവിത ചുരുങ്ങിയ വാക്കുകളിൽ സ്പഷ്ടമായി സൂചിപ്പിക്കുന്നു.

"കവിതയിലെ
മൗനങ്ങളിലാണ്
വായനക്കാരൻ
വീട് വെക്കുന്നത്

ആ വീട്ടിലാണ്
വിചാരങ്ങളുടെ
കുഞ്ഞുങ്ങൾ
വളരുന്നത്

അങ്ങനെയാണന്നേ

ആൾത്താമസമുള്ള

കവിതകൾ ഉണ്ടാവുന്നത്"

(ആൾത്താമസമുള്ള കവിതകളെക്കുറിച്ച്)

പ്രബോധനത്തിന്റെയോ പ്രഭാഷണത്തിന്റെയോ ആഹ്വാനത്തിന്റെയോ ഒന്നും ഒച്ചബഹളങ്ങളില്ലാത്ത സ്വരത്തിലാണ് ഈ കവിത സംസാരിക്കുന്നത്. സൗമ്യവും സത്യസന്ധവുമായ ഒരു സംവാദമാണ് ഈ കവിക്ക് വായനക്കാരിൽ നിന്നുള്ള പ്രതീക്ഷ. ഉത്തരങ്ങളേക്കാൾ ചോദ്യങ്ങൾക്കുള്ള പലവിധ സാധ്യതകളാണ് ഈ സംവാദത്തിൽ നിന്ന് അയാൾക്ക് വേണ്ടത്. ചോദ്യങ്ങളെയും അന്വേഷണങ്ങളെയും ബഹുതലസ്പർശിയാക്കുന്ന ഒരു ആവാസവ്യവസ്ഥയെ അയാൾ കവിതയിൽ പരിചരിക്കുന്നു.

പതിഞ്ഞ ശബ്ദങ്ങളുടെ സ്വീകരണിയായി നമ്മുടെ ഭാവുകത്വവും ഭാവനയും പരിണമിക്കേണ്ടതിനെപ്പറ്റിയും ഈ കവിക്ക് പറയാനുണ്ട്. സ്വയം ഉദ്ഘോഷിക്കുകയും ദൃശ്യത പിടിച്ചുവാങ്ങുകയും ചെയ്യുന്ന സമകാലികതയുടെ സാധാരണതയിൽ നിന്ന് അകലമെടുക്കാനും പതിഞ്ഞ ശബ്ദങ്ങൾക്ക് എന്തു സംഭവിക്കുമെന്ന് ആലോചിക്കാനും ധൈര്യപ്പെടുന്നുണ്ട് ഈ പുസ്തകത്തിലെ കവി.

"മഴയിൽ മുങ്ങിയ ചെടികളുടെ

ഇലകൾ പറയുന്നത്

ഏത് കാതിൽ പതിയുന്നുവോ?"

(പതിഞ്ഞ ശബ്ദങ്ങൾ)

ദൃശ്യതയെയും കാഴ്ചയെയും ദാർശനികമായി സമീപിക്കുന്ന കവിതകൾ ഈ സമാഹാരത്തിൽ ഉണ്ട്. സോഷ്യൽ മീഡിയയുടെ കാലത്ത് കണ്ടും കാണിച്ചുമാണ് നാം നമ്മുടെ ജീവിതം ജീവിക്കുന്നതും അടയാളപ്പെടുത്തുന്നതും. നമ്മുടെ സംവേദനങ്ങൾ ബഹുഭൂരിപക്ഷവും കാഴ്ചയെ അടിസ്ഥാനമാക്കിക്കൊണ്ട് നിർണ്ണയിക്കപ്പെടുന്ന ഇക്കാലത്ത് കാഴ്ചയെയും ദൃശ്യതയെയും പ്രശ്നവത്കരിക്കുകയും അവലോകനം ചെയ്യുകയും ചെയ്യുന്ന ആവിഷ്കാരങ്ങൾക്ക് വളരെയധികം പ്രാധാന്യമുണ്ട്. കാണൽ എന്ന കവിത നോക്കുക:

"അവൾ കാണാതെ അവളെ നോക്കുമ്പോൾ

അവൾ അവൾ തന്നെ ആകുന്നു

അവൾ കണ്ടുകൊണ്ട്
അവളെ നോക്കുമ്പോൾ
അവൾ മറ്റാരോ ആകുന്നു

ഒരാൾ നോക്കുന്നുണ്ടെന്ന ബോധമുള്ളവളും
ഒന്നിലധികംപേർ നോക്കുന്നുണ്ടെന്ന ബോധമുള്ളവളും
അത്തരം ധാരണകൾ ഒന്നുമേ ഇല്ലാത്തവളും
അതാതിന്റെ ബോധമേടുകളിൽ മേയുന്ന
ഒറ്റയൊറ്റ മൂന്നു പേരാണ്."
(കാണൽ)

മറ്റുള്ളവർ കാണുന്ന നമ്മളും ആരും കാണാത്ത നമ്മളും മറ്റുള്ളവരെ കാണിക്കുന്ന നമ്മളും ആരെയും കാണിക്കാത്ത നമ്മളുമൊക്കെ എങ്ങനെ എവിടെ വച്ച് വേർതിരിയുന്നു എന്ന അന്വേഷണം ഇന്നത്തെ കാലത്തെ കവിത ഏറ്റെടുക്കേണ്ട ഒന്നാണ് എന്ന് ഇവിടത്തെ കവിക്ക് ബോധ്യമുണ്ട്. "ഉയിർത്തെഴുന്നേൽക്കുവാൻ വെമ്പുന്നു/അതേ ജീവിതം കാണാൻ/പിന്നെയും മരിക്കാൻ തോന്നുന്നു/മറ്റൊരു ജീവിതം ജീവിക്കാൻ" എന്ന് കവി മറ്റൊരു കവിതയിൽ പറഞ്ഞിരിക്കുന്നത് ഇതോടൊപ്പം കൂട്ടി വായിക്കാവുന്ന ഒന്നാണ്.

ഒരാളുടെ യഥാർത്ഥ സ്വത്വം അയാളുടെ മാത്രം തീരുമാനമാണോ അതോ മറ്റുള്ളവർ കൂടി പൂരിപ്പിച്ച് സൃഷ്ടിക്കുന്നതാണോ എന്ന അന്വേഷണം ആകാവുന്നിടത്തോളം മുന്നോട്ട് കൊണ്ടുപോവുന്നുണ്ട് സന്തോഷ് കുമാറിന്റെ കവിതകൾ. വായന എന്ന കവിത നമ്മളോട് ചോദിക്കുന്നത് നോക്കുക:

"ഒരാളെ പലയിടങ്ങളിൽ പലർ
പലതായി കൊത്തിവെക്കുന്നു

ഒരിടത്ത് ചൊടിയേറും
ചെറുവാല്യക്കാരനെന്ന്

മറ്റൊരിടത്ത്
ഒടിഞ്ഞുകുത്തിയ

മുരട്ടുകിഴവനെന്ന്

ഒരാളെ പലർ

പലവിധത്തിൽ വായിച്ചെടുക്കുന്നതോ

ഒരാൾ പലയിടങ്ങളിൽ

പലതായി ജീവിക്കുന്നതോ?"

(വായന)

അവസരവാദത്തിലും പ്രയോജനവാദത്തിലും അഭിരമിക്കുന്നതിൽ യാതൊരു കുറ്റബോധവുമില്ലാത്ത നമ്മളെ തുറന്നുകാട്ടുന്ന കവിതകളും ഈ പുസ്തകത്തിലുണ്ട്. നിലപാട് എന്ന കവിതയിലെ നായകൻ തന്റെ സൈബർ/റിയൽ ജീവിതത്തിൽ സമാന്തരമായി ചെയ്യുന്ന കാര്യങ്ങൾ നോക്കുക:

"നമശ്ശിവായ

ഗ്രൂപ്പിലൊരു

ശിവലിംഗമിട്ടു

എതീസ്റ്റ് ഗ്രൂപ്പിൽ

ബോബ് മെർളിയുടെ

ക്വട്ടേഷനിട്ടു

സൈൻറിഫിക് തിങ്കേഴ്സിൽ

ഐൻസ്റ്റൈനിന്റെ പടമിട്ടു

സേവ് അയ്യപ്പൻ

ഗ്രൂപ്പിൽ ലൈക്കുമിട്ടു

കവിക്കൂട്ടം

മനോലോകം

നൊസ്റ്റാൾജിയ

ഗ്രൂപ്പുകളിൽ

കമന്റും സ്മൈലികളും

കണ്ടമാനമിട്ടു

അപ്പിയിട്ട
നിറംനോക്കി
യുവർഡോക്ടർഗ്രൂപ്പിലൊരു
ചോദ്യവുമിട്ട"
(നിലപാട്)

ഒരു വിയോഗത്തിന്റെ ഓർമ്മയെ കവിതയുടെ ശ്രദ്ധ വളർത്തിയെടുക്കുന്നതിന്റെ വേദനാജനകമായ അനുഭവമുണ്ട് ആർത്തിപ്പണ്ടാരമേ പ്രിയനേ എന്ന കവിതയിൽ:

"പിഴതെടുക്കുന്തോറുമാഴത്തിൽ വേരിറങ്ങുകയാണസാന്നിധ്യം, വ-
ന്നാൽ തിരിച്ചുപോകാമെന്ന പൂതി വേ-
ണ്ട, വരാതിരുന്നാൽ നിനക്കുകൊള്ളാം!"
(ആർത്തിപ്പണ്ടാരമേ പ്രിയനേ)

ദുഃഖത്തെ അഭിമുഖീകരിക്കാൻ കവിതയുടെയും യുക്തിയുടെയും സവിശേഷ അനുപാതത്തിലുള്ള ഒരു ചിന്തയെ/ഉപദേശത്തെ ഇവിടെ ഉപയോഗിച്ചിരിക്കുന്നത് ശ്രദ്ധേയമായ വിധത്തിലാണ്.

അഴിവുകളുടെ, വിട്ടുതലിന്റെ, ചടുലതയുടെ, കൃത്യതയുടെ, ബഹുലതയുടെ, ദാർശനികതയുടെ കവിയാണ് സന്തോഷ് കുമാർ. ഓർമ്മയും ശ്രദ്ധയും അലിവും സ്നേഹവും കൊണ്ട് ജീവിതത്തെ കൂടുതൽ ജൈവമാക്കുന്ന ഒരു പ്രക്രിയയാണ് ഈ കവിയ്ക്ക് കവിത. കവിതയുടെ ജൈവസ്വഭാവത്തിന്റെ വികാസത്തിന് പങ്കാളിത്ത സ്വഭാവമുള്ള വായന അത്യന്താപേക്ഷിതമാണെന്ന് അയാൾ തിരിച്ചറിയുന്നു. അതിനുള്ള സ്ഥലവും, നനവും, തണലും കാറ്റൊഴുക്കും ഈ പുസ്തകത്തിലെ കവിതകളിൽ സമൃദ്ധമായി വിന്യസിക്കപ്പെട്ടിട്ടുണ്ട്. എന്റെ വായനയെ ഈ കവിതകൾ ആഹ്ലാദിപ്പിച്ചതുപോലെ നിങ്ങളുടെ വായനെയും ഈ കവിതകൾ നിറവുള്ളതാക്കും എന്ന് പ്രതീക്ഷിച്ചുകൊണ്ട് ഈ കുറിപ്പ് നിർത്തുന്നു. സന്തോഷ് മാഷിനും അദ്ദേഹത്തിന്റെ കവിമനസ്സിനും സ്നേഹം, ആശംസകൾ.

ഉള്ളിൽ സംഗീതോപകരണമുള്ള ഒരാൾ

സജയ് കെ വി

ചിത്രകാരനായ പോൾ ക്ലീയുടെ ഒരു വാക്യമുണ്ട് -A line is a dot that went for a walk . നടക്കാനിറങ്ങിയ ബിന്ദുവാണ് രേഖ എന്നർത്ഥം . കവിക്കു തന്നെ അവ്യക്തമായ ഒരാശയമോ അനുഭവ ബിന്ദുവോ കവിതയായി രൂപം കൊള്ളുമ്പോൾ അത് അനന്തതയോളം പോന്ന ഒരു വരയായി , രേഖയായി രൂപന്തരപ്പെടുന്നു . ഈ രൂപാന്തര പ്പെടലിന്റെ കലയാണ് കവിത .ഓരോ കവിതയും അതിന്റെ പൂർണ്ണമോ അപൂർണ്ണമോ ആയ നിറവേറലുകൾ . ഹൈക്കു എന്ന കാവ്യരൂപം കേവലമൊരു കാവ്യബിന്ദുവാണെന്നു തോന്നാം .അതിൽപ്പോലുമുണ്ട് അനന്തതയിലേയ്ക്കു യാത്ര പുറപ്പെടുന്ന ബിന്ദുവിന്റെ അവിരാമസഞ്ചാര ങ്ങൾ . അനിശ്ചിതമായ ലക്ഷ്യങ്ങളിലേയ്ക്കുള്ള അപൂർവ്വയാത്രയാണത്. കവിത പൂർണ്ണമായതിനുശേഷവും വാക്കുകൾ അവയുടെ കാലാന്തര സഞ്ചാരം തുടരുന്നു . വിസ്ലാവാ സിംബോർസ്ക തന്റെ പൈ (Pi) എന്ന കവിതയിൽ പറയും പോലെ അത് എഴുതപ്പെട്ട താളിന്റെ പരിധിയേയും കവിയുന്നു

സന്തോഷിന്റെ ചെറുകാവ്യസമാഹാരം വായിച്ചതിന്റെ ആനന്ദ ത്തിലാണ്, അത്ര തന്നെ തെളിമയും നേർത്ത കുളിരുമുള്ള ഒരു പ്ര ഭാതത്തിൽ, ഈ കുറിപ്പെഴുതാനിരിക്കുന്നത്. മീട്ടിയാൽ കവിതയുടെ സംഗീതസ്വരം പുറപ്പെടുവിക്കുന്ന ഒരു പേരെഴാവാദ്യം ഇതെഴുതിയ

ആളുടെ ഉള്ളിലുമുണ്ട് എന്നതിന്റെ രേഖപ്പെടുത്തലുകളാവുന്നു ഈ കവിതകൾ. കവിത മാത്രമുള്ള കവിതകൾ എന്നും പറയാം. നാം പരിചയിച്ചിട്ടുള്ള വാദ്യങ്ങളിൽ ഏറ്റവും ചെറുതും ഭാരരഹിതവുമായ ഒന്നിലാണ് സന്തോഷ് കവിത മീട്ടുന്നത്. അപ്പോൾ പുറപ്പെടുന്ന ലഘുസ്വരങ്ങൾ കവിതയാകുന്നു.

'മാടായിക്കടൽ' എന്ന കവിതയിലാണ് ആദ്യമായി എന്റെ ശ്രദ്ധ തങ്ങിയത് (വേണമെങ്കിൽ ' ഹഠാദാകർഷിച്ചത്' എന്ന് കടുപ്പിച്ചെഴുതാവുന്നതേയുള്ളൂ ; അങ്ങനെ ചെയ്യുന്നില്ല).

'കാക്കപ്പൂവും കൃഷ്ണപ്പൂവും
കണ്ണാന്തളിയും കാല-
മെത്തിയാൽ
നീലക്കടൽ
തിരയുണ്ട്
തിരമാലയുണ്ടെന്നാൽ
നിലയില്ലാക്കടലല്ല
തനിനിറം പിടി തരില്ല'.

ഒരു തരം സുഗതകുമാരിത്തമുണ്ട് ഈ കവിതയ്ക്ക് ; അതിന്റെ ഒലിയോ മാറ്റൊലിയോ ആവാതെ തന്നെ .

വേറെയുമുണ്ട് ഒറ്റവായനയിൽ പ്രിയം പിടിച്ചു പറ്റിയ കവിതകൾ; 'ഒച്ച്'അവയിലൊന്ന്. ഒച്ചയില്ലാത്തതാണൊച്ച് എന്നാരോ എഴുതിയിട്ടുണ്ട്. വേഗവുമില്ല അതിന്. snail's pace എന്ന് ഷെയ്ക്സ്പിയർ കുട്ടിക്കാലത്തെക്കുറിച്ച്. കുട്ടിക്കാലത്തെ ഒച്ചുകൾ പിന്നീട് കുതിരകളാകുന്നു . ഒച്ചിന്റെ മൃദുമാംസം വേഗപ്പേശികളായി മുറുകുന്നു അപ്പോൾ നഷ്ടമാകുന്നതെന്ത് എന്നു പറഞ്ഞു തരും സന്തോഷിന്റെ 'ഒച്ച്' എന്ന കവിത. സാവധാനികളുടെ വേദപുസ്തകം പോലെ ഒരു രചന.

'ചവിട്ടി' എന്നാൽ ചവിട്ടേൽക്കുന്നത് എന്ന തിരിച്ചറിവാണ് ,അതിന്റെ ദളിതത്വത്തെക്കുറിച്ചുള്ള നോവെഴുത്താണ് അതേ പേരുള്ള കവിത. നഷ്ടയൗവനത്തിന്റെ ഊഷ്മളമെങ്കിലും അവിചാരിതമായ തിരിച്ചുവരവാണ്'പൂതൽപ്പൂവ്' എന്ന കവിതയിൽ; ഒരു പക്ഷേ ഈ സമാഹാരത്തിലെ ഏറ്റവും മികച്ചതെന്നു പറയാവുന്ന രചന. ഹാർവാർഡിലെ ഹൃദയാലുവായ പെൺകുട്ടി കൊച്ചിയിലെ മറൈൻ ഡ്രൈവിലെത്തുമ്പോൾ ചൂരലടിയേൽക്കുന്ന വൈപരീത്യവും ഈ കവിതകളിലൊന്നിൽ

വായിക്കാം. ക്യൂ നിൽക്കുമ്പോൾ കൈവന്ന പൈതൽച്ചിരി, ഭൂമിയിൽ ഇല്ലാതായവളെ ഓർത്ത് ഉറക്കം നഷ്ടപ്പെട്ട ഒരാൾ, ശില്പമായാലും ഒരേ കാതലായിത്തുടരുന്ന ചിലർ, കോവിഡ് കാലത്തെ മാമ്പഴച്ചാറിന്റെ മഞ്ഞമഴ, കാറ്റിനെ വരയ്ക്കൽ, ഒരു കിളിയുടെ ഒഴിവിൽ വന്നിരിക്കുന്ന വാനം എന്നിങ്ങനെ പ്രമേയവൈവിധ്യം പുലർത്തുന്നവയാണ് ഈ കവിതകൾ. കൂട്ടത്തിൽ ഏറ്റവും നിശിതമെന്നു തോന്നിയ ചില വരികൾ മാത്രം ഇവിടെ പകർത്താം -

'കുരുക്കല്ല

ഹാരമാണെന്ന് കരുതിയേക്കാം

രക്തഹാരമാവാം

തുന്നിക്കൂട്ടിയിട്ടുണ്ട് മുറിവുകൾ

അതിലേക്ക്

തലയിടാൻ പോയതാണ്

കുരുക്കായത്!'

എല്ലാ ഭാവുകങ്ങളും; കവിക്കും കവിതയ്ക്കും! ഒപ്പം അക്കിത്തംകവിതയിലേതു പോലെ ചേലുറ്റ ഒരട്ടുത്തുൺകാലവും നേരുന്ന ചങ്ങാത്തത്തിന്റെ ചന്തം നിറഞ്ഞ ചില നിമിഷങ്ങളിൽ കൂടെയുണ്ടായിരുന്ന സന്തോഷിന്.

കവിതകളുടെ സ്ലോ സൈക്ലിങ്ങ്

വിമീഷ് മണിയൂർ

ഇറുക്കിപ്പിടിക്കുന്നു/ മകനെ/പെറ്റമ്മമാ-/ രുറങ്ങും നേരത്തല്ലോ/ കൂടുതലുണരുന്നു - എന്ന് ഒളപ്പമണ്ണ. ഈ ഇറുക്കിപ്പിടുത്തം നായകനായ് അഭിനയിക്കുന്ന ഒരു കവിതാസമാഹാരമാണ് എന്റെ മുമ്പിൽ. ഒരേ സമയം പല വേഷത്തിൽ അത് തലപെന്തിക്കുന്നു. ആത്മാംശമുള്ള വായനകളെ/ കാഴ്ചകളെ വീണ്ടും വീണ്ടും ഒരു ഞണ്ടിറുക്കത്തോടെ കവിതയുടെ റീലുകളാക്കുന്നു. പതാകയും കൈക്കലത്തുണിയുമായ് കൈമാറ്റം ചെയ്യുന്നു.

കവിത, കോരുന്നതിനേക്കാൾ പാരുന്നതിന്റെ കലയാണ്. ആ പാർന്നെടുക്കലിൽ വായനയുടെ പെട്ടി തുറക്കപ്പെടും. അങ്ങനെയൊരു ഒഴുക്കിലാണ് ഈ സമാഹാരത്തെ മുഴുവൻ പൊതിഞ്ഞു നിൽക്കുന്ന സവിശേഷമായ ബഹുരുചിയുള്ള ഒരു വാക്കിനെ പരിചയപ്പെടുന്നത്. മുമ്പെങ്ങും അനുഭവിച്ചിട്ടില്ലാത്ത തെളിച്ചം അതിൽ ചേർന്നിരുന്നു. കവിതകളുടെ മുക്കിലും മൂലയിലും അതിന്റെ സെൽഫികൾ നിറഞ്ഞു നിൽക്കുന്നു.

സാവധാനം, ഒരു സാധാരണ വാക്കല്ല, പ്രത്യേകിച്ച് എല്ലാ മത്സരങ്ങളും വേഗതകളെ നെറ്റിപ്പട്ടമാക്കി ജല്ലിക്കെട്ട് നടത്തുന്ന കാലത്ത്. വേഗങ്ങളോട് പലകാലങ്ങളിലായ് രൂപപ്പെട്ട അതിന്റെ സംഘർഷത്തെ ഒച്ച് എന്ന കവിത ഇങ്ങനെ പ്രതിഷ്ഠിക്കുന്നു.

'വേഗത്തെ പിന്നിലാക്കാൻ

കുതിച്ചോട്ടം നേരങ്ങളിൽ

പാതമുറിച്ചു കടക്കുന്നൊരാൾ.'

വേഗതകൾ തമ്മിലല്ല, വേഗതയും വേഗതയില്ലായ്മയും തമ്മിലാണ് ശരിയായ മത്സരമെന്നും അത് പേര് ചേർക്കുന്നു. കൗതുകകരമായ ഒന്നുണ്ട്. വേഗതയുടെ മത്സരത്തിൽ പലപ്പോഴും അളവുകോൽ ഒളിമ്പിക്സിലെ നൂറു മീറ്റർ തന്നെ. 1924ലെയും 2024ലെയും ഒളിമ്പിക്സ് നൂറുമീറ്റർ വിജയികളുടെ മത്സരവേഗതകൾ തമ്മിലുള്ള വ്യത്യാസം ദശാംശം 81 സെക്കന്റ്സ് ആണെന്നറിയുമ്പഴേ നമ്മുടെ പുരോഗമന /വേഗത സങ്കൽപങ്ങൾക്ക് അത്ര വേഗതയില്ലെന്ന തിരിച്ചറിവുണ്ടാവൂ. റോക്കറ്റുകളിൽ പറക്കുന്ന മനുഷ്യരല്ല ഓടുന്ന മനുഷ്യർ, നടക്കുന്ന മനുഷ്യർ, ഇരിക്കുന്ന മനുഷ്യർ, കിടന്നുപോയ മനുഷ്യർ. എ. വി സന്തോഷ് കുമാറിന്റെ ഈ സമാഹാരം നൂറ്റാണ്ടുകൾകൊണ്ടും അടയ്ക്കാനാവാത്ത ഓട്ടകളെ/ മാളങ്ങളെ/ വീഴ്ചകളെ പലമട്ടിൽ സാവധാനത്തിൽ വരച്ചുകാണിക്കുന്നു എന്നിടത്താണ് അതിന്റെ അക്കൗണ്ട് തുറക്കുന്നത്.

വരയെന്നതും ഈ സമാഹാരത്തിലെ സർവ്വവ്യാപിയായ അനുഭവമാണ്. എല്ലാ കവിതകളിലും ഈ വരയ്ക്കൽ പന്തലിക്കുന്നുണ്ട്. സാവധാനത്തിൽ, പലപ്പോഴും തീർത്തും നിശ്ശബ്ദമായ്. തനിനിറം പിടി തരാത്ത മാടായിക്കടലിനെ കവി എഴുതുന്നത് അതിന്റെ മികച്ച ഉദാഹരണങ്ങളിലൊന്നാണ്:

'കടലാണ്

മാറി വരും ഭാവപ്പകർച്ചകളിൽ

നിറങ്ങളുടെ സംഘനൃത്തം

നീല തവിട്ട് പച്ച

വെളുപ്പ് ഒപ്പം ചുവപ്പ്

ഇടയ്ക്ക് മഞ്ഞ

അല്ലെങ്കിൽ

ഏതില്ല നിറം?'

മാടായിക്കടലിനെ ഭാഷകൊണ്ട് വരച്ച് വരച്ച് തൃപ്തിയാകാതെ, നിവൃത്തിയില്ലാതെ ഏതില്ല നിറം എന്ന് പറഞ്ഞ് കടലിന്റെ പരുവപ്പെടലിനെ വേഗമില്ലായ്മയെ, സാന്നിധ്യത്തെ മാടായിക്കുന്നുപോലെ തൊട്ടിരിന്നു കൊണ്ട് അനുഭവിക്കാൻ ശ്രമിക്കുകയാണ് കവി. കൂടാതെ ഏതില്ല നിറം എന്ന പ്രയോഗം എല്ലാ നിറത്തെയും കൂട്ടുപിടിക്കുന്നു. അതേസമയം എല്ലാ നിറത്തെയും സംശയിക്കുകയും ചെയ്യുന്നു. ഇത്തരം സന്ദിഗ്ധതകളാണ് തുടക്കത്തിൽ പറഞ്ഞ ഇറുക്കിപ്പിടുത്തം എന്ന സവിശേഷമായ അനുഭവത്തിലേക്ക് വായനക്കാരനെ എത്തിക്കുന്നത്. കൂടാതെ ഭാഷയിൽ കവി പുലർത്തുന്ന വേഗതയില്ലായ്മയും വരയെന്ന പ്രവർത്തനവും നിറപ്പെടുത്തുന്ന ബഹുസ്വരമായ അടയാളങ്ങളും ശ്രദ്ധേയമാണ്.

വര ഒരു വൻമരമായ് പടരുന്ന 'ഈ ശൂന്യതയിൽ' എന്ന കവിതയിൽ കവി തന്റെ രാഷ്ട്രീയത്തെ കുറച്ചു കൂടി മുന്നോട്ടേറിയുന്നു. ഇനിയെന്ത്? എന്നതാണ് ആ ചോദ്യം. മുറിച്ചിട്ട ഒരു മരത്തിനു വേണ്ടിയല്ല, മറിച്ച് അടിമണ്ണൊലിച്ചു പോയ ഒരാവാസ വ്യവസ്ഥയ്ക്ക് വേണ്ടിയാണ് ആ ചോദ്യം തീക്കൊള്ളിയാവുന്നത്. അതിനുള്ള വലിയ മുഴക്കമുള്ള ഉത്തരമാവുന്നതും ഭാഷയും ഭാവനയും വരയുമാണെന്നതാണ് അതിന്റെ ഭംഗി. കവി പറയുന്നു;

'മരം നിന്നിടത്താകെ
നിറയും ശൂന്യതയിൽ
ഒരു തൈച്ചെടി
മുളനീട്ടുന്നതും
വളർന്നുപന്തലിച്ചെമ്പാടും
മരമായ് പടരുന്നതും
വരച്ചുവെക്കുക.'

അതുകൊണ്ട് കേവലമായ കലാപ്രവർത്തനം എന്ന അർത്ഥത്തിൽ മാത്രമല്ല ഒരു രാഷ്ട്രീയ ശ്രമം എന്ന മട്ടിൽ കൂടിയാണ് വര എന്ന പ്രതിരോധം എടുത്തുപയോഗിക്കപ്പെടുന്നത്. അതൊരു നികത്തലാണ്. കവി മറ്റൊരിടത്ത് കൂട്ടിചേർക്കുന്നു:

'ആക്കത്തിന്നൂക്ക്
മെല്ലെനിലയ്ക്കുമ്പോൾ
ആകാശം കയറിയിരിക്കുന്ന

ഒഴിവിൽ '(ഒഴിവിൽ)

ആ കയറിയിരിക്കലിന്റെ തിരിച്ചറിവിൽ ഉള്ളിലെ സംഗീതത്തെ ആസ്വദിക്കാനാവുന്നുണ്ട് വായനക്കാരന്. അതൊരു തിരിയിടലാണ്. അന്വേഷണമാണ്. വിത്തിലേക്ക് ഇറങ്ങിനിന്നുള്ള കേൾക്കലാണ്. കവിയുടെ ഭാഷയിൽ പറഞ്ഞാൽ മോഹത്തെ അതിമോഹനമാക്കുന്ന രാസവിദ്യകൾ ശീലിക്കലാണ്.

വായനയിൽ അവനവനെ മധുരിക്കുന്നിടങ്ങളെ തൊട്ടുകാണിക്കുന്ന കവിതകളാണ് ഇതിൽ പല കവിതകളും. മരവും കിളികളും കാറ്റും കുന്നും വായിക്കുന്നവരുടെ ചില്ലകളും പൂക്കളും ഇലകളുമാകുന്ന രാസവിദ്യകൾ ഈ കവിതകളിലുണ്ട്. ഇരിപ്പിനെ ശിൽപവും ശിൽപത്തെ മരവും മരത്തെ മഴയുമാക്കുന്ന വിദ്യ പല കവികളും കാണിച്ചുതരുന്നു. അതേസമയം അപകടകരമായ വേഗതയില്ലായ്മയെ, നിശ്ശബ്ദതയെ ചിലപ്പോഴെങ്കിലും തുറന്നുവെയ്ക്കുകയും ചെയ്യുന്നു.

'കുറെ നേരമായി

മിണ്ടാതിരിക്കുന്നു

ദാ, ഇങ്ങനെ, താടിക്ക് കയ്യും കൊടുത്ത്'

ഇങ്ങനെ പല മട്ടിലുള്ള പൊറുതികേടുകൾ /ഒഴിവുകൾ ചേർത്തുതുന്നിയ കവിതകളുടെ സ്ലോ സൈക്ലിങ്ങ് ആണിത്. വൈകാരികമല്ലാത്ത ഭാഷ ഇതിന്റെ ഇറുക്കങ്ങളെ വായനക്കാരന്റെ ആവശ്യമറിഞ്ഞ് മുറുക്കത്തിൽ പുണരുന്നു. കുർത്തു കുർത്തു വരുന്ന ഒരുദ്വേഗം ബാക്കിയാക്കുന്നു.

ഫോൺ ശബ്ദിക്കുന്നു വീണ്ടും

അകലങ്ങളിലെ ഉദ്വേഗമേ

വൈകിയാലും

എത്തുമെന്ന തോന്നൽ

വിട്ടിട്ടില്ല (പാളങ്ങളിൽ)

വായനക്കാർ ഈ പുസ്തകത്തിന്റെ ഒഴിവുകളിൽ പാർത്തുതുടങ്ങട്ടെ...

സ്വാതന്ത്ര്യത്തിന്റെ ഇടങ്ങൾ

ഇ പി രാജഗോപാലൻ

ഒരു ആശയം മൂർത്തമായി മനസ്സിൽ സ്വരൂപിച്ച് സൗന്ദര്യമുള്ള വാക്കുകളിൽ ആശയത്തെ വലുതാക്കി കാണിക്കുകയാണോ കവിത എന്ന് ചോദിച്ചാൽ ഒറ്റവാക്കിൽ ഉത്തരം പറയേണ്ടകാര്യമില്ല.

അങ്ങനെയും കവിതക്ക് പ്രത്യക്ഷ പ്പെടാനുള്ള അവകാശമുണ്ട്. അങ്ങിനെ കവിത എഴുതുമ്പോൾ വ്യാഖ്യാനം പ്രധാനമായിത്തീരു കയും സ്വാതന്ത്ര്യം ചെറുതായി മാറുകയും ചെയ്യും. കലയുണ്ടാകുന്നത് യഥാർത്ഥ ജീവിതത്തിൽ സ്വാതന്ത്ര്യം വേണ്ട അളവിൽ ഇല്ല എന്ന് ആളുകൾക്ക് തോന്നുന്നത് കൊണ്ടാണ്. സ്വാതന്ത്ര്യം വിശപ്പ് പോലെ, കാമം പോലെ ഒരു സാധാരണ അനുഭവമോ, സാധ്യതയോ ആയി നിലനിൽക്കുന്നുണ്ടെങ്കിൽ ഒരു പക്ഷേ കല എന്ന ഒരു വിഭാഗം തന്നെ മനുഷ്യചരിത്രത്തിൽ ഉണ്ടാവുകയില്ല. അപൂർണ്ണതകളുടേയും പാരത ന്ത്ര്യത്തിന്റെയും അനുഭവങ്ങളും തോന്നലുകളും ആണ് കലയിലേക്ക് ആളുകളെ എത്തിക്കുന്നത്.

സന്തോഷ് കുമാറിന്റെ കവിതകൾ സവിശേഷമായ സ്വാതന്ത്ര്യത്തി ന്റെ ഇടങ്ങളായിട്ടാണ് ഞാൻ മനസ്സിലാക്കാറ്. അതൊരു ആശയ ത്തിന് നൽകുന്ന ആശയങ്ങളുടെ കുപ്പായങ്ങൾ അല്ല.

തൊഴിൽകൊണ്ട് അധ്യാപകനായ ഒരാൾക്ക് കവിതയിലും അധ്യാപനം നിർവഹിക്കാൻ തോന്നും. സന്തോഷ് കുമാറിന് അങ്ങനെ

തോന്നാറില്ല. കവിതയിൽ അദ്ദേഹം അധ്യാപകനേ അല്ല. അദ്ദേഹം കവിതയെ പഠിപ്പിക്കാനുള്ള ഭാഷാമാധ്യമമായി കരുതുന്നില്ല. അതിനു പകരം സ്വാതന്ത്ര്യത്തിന്റെ സവിശേഷമായ ഒരു സ്ഥലമായി കവിതയെ മനസ്സിലാക്കുകയും ആ നിലയ്ക്ക് കവിത നിർവഹിക്കുകയും ചെയ്യുന്നു. അതുകൊണ്ട് ഈ കവിതകൾ തരുന്ന സാമാന്യമായ അനുഭവം സ്വാതന്ത്ര്യം എന്നുള്ളതാണ്. സ്വാതന്ത്ര്യത്തെക്കുറിച്ചുള്ള ഏതെങ്കിലും ഗീതം ഇതിൽ തീർച്ചയായും ഇല്ല. പക്ഷേ ഒരു മനുഷ്യൻ വാക്കുകളുടെ ചേർച്ചയിൽ, ആ ചേർച്ചകൊണ്ടുണ്ടാകുന്ന അനുഭൂതിയിൽ, അനുഭവ ത്തിൽ സ്വാതന്ത്ര്യം അനുഭവിക്കുന്നു എന്നുള്ളതാണ് ഈ കവിതകളെ കുറിച്ച് ഒന്നാമതായി പറയേണ്ട കാര്യം. ചുരുക്കി നോക്കിയാൽ മൂർത്ത മായ ആശയങ്ങൾ വിപുലീകരിക്കുന്ന ചിട്ടകളോട് സമ്പൂർണ്ണമായും വിയോജിക്കുന്ന കവിയെയാണ് സന്തോഷ് കുമാറിൽ കണ്ടെത്താ നാവുന്നത്. സന്തോഷ്കുമാർ ഒരു ഉപദേശിയേ അല്ല. അദ്ദേഹത്തിന്റെ കവിത ഒന്നും നിർദ്ദേശിക്കുന്നില്ല. വഴികാട്ടിയുടെ വാക്കുകളല്ല ഈ കവിതകളിൽ ഉള്ളത്. അതുകൊണ്ട് ഈ കവിതകളുടെ പ്രയോജന മൂല്യത്തെകുറിച്ചുള്ള ചർച്ച ഈ കവിതകളോട് ചെയ്യുന്ന തെറ്റാണ്. ഈ കവിതകളുടെ സന്ദർഭത്തിൽ അങ്ങനെയൊരു ചർച്ച തന്നെ ആവശ്യമില്ല. സർറിയൽചിത്രകാരൻമാർ ഓട്ടോമാറ്റിക്ക് റൈറ്റിംഗ്, (സ്വയം പ്രേരിതമായിട്ടുള്ള രചന) എന്ന സങ്കല്പം അവതരിപ്പിച്ചിട്ടുണ്ട്. തോന്നുന്ന മട്ടിൽ എഴുതുക എന്ന് തന്നെയാണ് ലളിതമായി പറഞ്ഞാൽ അതിലെ കാര്യം. അങ്ങനെ തോന്നുന്ന മട്ടിൽ എഴുതുകയും അതിലൂടെ സാധാരണമായ സർഗ്ഗ ഫലങ്ങൾ ഒഴിവാക്കുകയും ചെയ്യുന്ന കവിതക ളാണ് ഈ സമാഹാരത്തിൽ ഉള്ളത്. സന്തോഷ് കുമാർ അഭാരതീയൻ (Non Indian) ആയിട്ടുള്ള അനുഭവങ്ങൾ കൂടിയുള്ള അപൂർവ്വം മലയാള കവികളിൽ ഒരാളാണ്. കാർവാർഡിലെ പെൺകുട്ടി, The supreme bitch എന്നെഴുതിയ നീല തൊപ്പി ധരിച്ച ആള് , ബോസ്റ്റൺ , മെട്രോ ട്രെയിൻ, ഇങ്ങനെയുള്ള സൂചകങ്ങൾ ഈ കവിതയിൽ വരുന്നത് ആ അനുഭവങ്ങളുടെ അടയാളങ്ങളായിട്ടാണ്. പാപി എന്ന കവിത നോക്കുക , ആ കവിതയിൽ ഇതൊക്കെയുണ്ട്. പക്ഷേ ആ വൈദേശിക ചിഹ്നങ്ങളുടെ പൂരക ഘടന എന്നപോലെ കൊച്ചിയും, കൊച്ചിയിലെ മറൈൻ ഡ്രൈവും ഉണ്ട്. ദേശീയതയെ സംബന്ധിക്കുന്ന വലിയ ആശയങ്ങളുടെ കാലമാണ് ഇത്. ദേശീയത അക്രമോത്സുകമായ ഒരു പ്രത്യയശാസ്ത്രമായി പ്രവർത്തിക്കുന്നത് ഇന്ന് ജീവിക്കുന്ന ഇന്ത്യക്കാർക്ക് ഒരു പക്ഷേ തുടർച്ചയായി കാണേണ്ടി വരുന്നുണ്ട്. ഇവിടെ ആ പ്രത്യയ ശാസ്ത്രത്തെ മറികടക്കാനുള്ള അതിലെ അഗാധമായ വിസ്ഥിത്തത്തെ,

ക്രൂരതയെ, ഹിംസയെ ചൂണ്ടിക്കാണിക്കാനുള്ള സർഗ്ഗ പ്രവർത്തനമാണ് നടക്കുന്നത്. ഈ കവികളുടെ നാട് ഒരു ഗ്രാമമോ ഒരു രാജ്യമോ അല്ല. കവികൾക്കും പക്ഷികൾക്കും അതിർത്തികൾ അറിയില്ല. 'പാപി ' എന്ന കവിത വായിച്ചിട്ട് എത്തിച്ചേർന്ന ആശയത്തിന്റെ ഒരു കടവ് ഇതാണ്.

പ്രകൃതി ഈ കവിതയിലുണ്ട്. മരംകൊത്തിയായിട്ട്, വിത്തായിട്ട് , പൂമൊട്ടായിട്ട്, ചെടിയായിട്ട് ഇതിൽ പ്രകൃതി സന്നിഹിതമായിരിക്കുന്നു. കിളിയും കാറ്റും ചില്ലയും ആകാശവും ഈ രചനകളിലുണ്ട്. കാൽപ്പനികർ ആദർശവൽക്കരിച്ച മനുഷ്യ ജീവിതത്തിന്റെ അപൂർണ്ണതക്ക് എതിരായി നിൽക്കുന്ന താളപ്പൊരുത്തമുള്ള പ്രകൃതി അല്ല സന്തോഷ് കുമാറിന്റെ കവിതകളിലെ പ്രകൃതി. കവികളുടെ മനോഭാവം മനുഷ്യ ജീവിതത്തേയും പ്രകൃതി ജീവിതത്തേയും രണ്ടായി കാണാതിരിക്കുക എന്നുള്ളതാണ്. ഒരു പൂവിന്റെ മനസ്സ് ഒരിക്കലും ഒരു മനുഷ്യന് കണ്ടെത്താനോ വ്യാഖ്യാനിക്കാനോ കഴിയില്ല എങ്കിലും പൂവിന് അതിന്റേതായിട്ടുള്ള നിലനിൽക്കൽ അവകാശം ഉണ്ട് എന്നും വ്യക്തിത്വം ഉണ്ട് എന്നും നന്നായി അറിയുന്ന ആളുകളെയാണ് കവികൾ എന്ന് വിളിക്കേണ്ടത്. ആ നിലയ്ക്ക് പൂവിന്റേയും, മൊട്ടിന്റേയും ചെടിയുടേയും വിത്തിന്റേയുമൊക്കെ അഭിഭാഷകരായി വ്യാഖ്യാതാക്കളായി പ്രവർത്തിക്കാൻ കവികൾ എക്കാലത്തും തുനിഞ്ഞിട്ടുണ്ട്. 'മോഹിതം' പോലുള്ള ഒരു കവിതയിൽ ഈ ഒരു സർഗ്ഗാത്മകമായ പ്രവർത്തനം കാണാവുന്നതാണ്.

"ഒച്ച് " എന്ന കവിത അതിവേഗത്തിൽ ചലിക്കുന്ന ഒന്നായി ജീവിതത്തെ നിർവചിച്ച് പോകുന്ന പുതിയ സാമ്പത്തിക വ്യവസ്ഥിതിയുടെ നേർക്ക് പതുക്കെ വളരെ പതുക്കെ സഞ്ചരിക്കുന്ന ഒരു സാംസ്കാരിക പ്രകാശനം ആണ്. "ഒച്ച്" ഒരു ബദൽ രൂപമെന്നത് പോലെ അതിൽ സ്ഥാനപ്പെട്ടിരിക്കുന്നു. മനുഷ്യജീവിതത്തിന്റെ ക്രൂരതകളാണ് വാസ്തവത്തിൽ ചരിത്രത്തിന്റെ സ്ഥായിയായ ഉള്ളടക്കം അങ്ങനെ ചരിത്രത്തിന് പുതിയ ഒരു നിർവ്വചനം കൊടുക്കാവുന്നതാണ്. ചരിത്രം ക്രൂരതയുടെ ചരിത്രമാണ് എന്ന നിർവചനം. ഈ വിഷയത്തെ മൂർച്ചയുള്ള ഒരു കാവ്യരൂപമാക്കി മാറ്റിയിരിക്കുന്ന ഒരു കവിത "മൃഗം" എന്ന പേരിൽ തന്നെ ഇവിടെ ഉണ്ട്. മനുഷ്യർ പൊതുവെ പങ്കു വെക്കുന്ന ഒരു വിചാരം തങ്ങൾ മനുഷ്യരാണ് എന്നും, മൃഗങ്ങൾ തങ്ങളേക്കാൾ കിഴെ ഉള്ള സംസ്കരിക്കപ്പെടാത്ത സംസ്കാരത്തിന്റെ പുറത്ത് നിൽക്കുന്ന ജീവിവർഗ്ഗമാണ് എന്നുമാണ്. ഈ കവിത ഒരു പക്ഷേ സരളമായി ചോദിക്കുന്ന ചോദ്യം ആരാണ് യഥാർത്ഥ മൃഗങ്ങൾ എന്നുള്ളതാണ്. മൃഗങ്ങൾ നടത്തുന്ന ഹിംസ സരളവും ആവശ്യാധിഷ്ഠിതവുമാണ്

മനുഷ്യൻ നടത്തുന്ന ഹിംസ അത്യാർത്തിയുടേയും അസ്ഹിഷ്ണതയുടേയുമൊക്കെ ആവിഷ്കാരവുമാണ്. ഈ ആശയതലം "മൃഗം" എന്ന കവിത തീവ്രമായി ബോധ്യപ്പെടുത്തുന്നുണ്ട്.

കാണാൻ കൂടിയുള്ള കവിത എന്ന ആശയം മുൻപേ കുറെ കവിതാ വായനക്കാർക്കെങ്കിലും പരിചയമുള്ളതാണ് visual Poetry എന്നുള്ളത്. അയ്യപ്പപ്പണിക്കരുടെ 'കം പാതകം കൊലപാതകം നേന്ത്രവാഴ കൊലപാതകം' പോലുള്ള കവിതകൾ വന്ന കാലത്ത് ദൃശ്യ കവിതയെക്കുറിച്ച് മലയാളത്തിലും ചെറിയ അളവിലെങ്കിലും ചർച്ച ഉണ്ടായിരുന്നു. "വെള്ളം കല്ല്" എന്ന പേരിലുള്ള സന്തോഷ്കുമാറിന്റെ കവിതയിൽ ഒഴുക്കിന്റേയും ഒഴുക്കില്ലായ്മയുടേയും ചലനത്തിന്റേയും സ്ഥിരതയുടേയും ആശയങ്ങൾ പ്രത്യക്ഷപ്പെടുന്നു. ചലനത്തിന്റെ ഊർജ്ജം കവിതയുടെ അവസാന സന്ദർഭത്തിൽ വരുന്നു. അവിടെ ഖനീഭൂതമായ ഒരു ശിലയുണ്ട് പക്ഷേ തിര അനിവാര്യ മായും തിരക്കിട്ട് തിരക്കിട്ട് വരുന്നു. ഒരു തിരക്ക് മുൻപേ തിര വരുന്നു അത് ജീവതാളമായ രതിയായി മാറുന്നു. സ്വാതന്ത്ര്യത്തിന്റ വൃത്തം എന്നത് പോലെ വളർന്ന് നിൽക്കുന്ന കവിതയാണ് "വെള്ളം കല്ല്" എന്ന ഈ രചന. ഓരോ കവിതയുമെടുത്ത് വിവരിക്കുന്നത് അനാവശ്യമാണ്. ശാന്തമായ അന്തരീക്ഷത്തിൽ ഇരിക്കുന്ന ഒരു വായനക്കാരൻ അല്ലെങ്കിൽ ഒരു വായനക്കാരി ആ ശാന്തതയിൽ ഈ കവിതാ പുസ്തകം കൈയിലെടുത്ത് തുറന്നാൽ ഈ കവിതകൾ എളുപ്പത്തിൽ ശാന്തതയോടെ തന്നെ വായിക്കുന്ന ആളുകളോട് സംവാദത്തിൽ ഏർപ്പെട്ടു തുടങ്ങും. അങ്ങനെയൊരു സൗഹൃദം, ആത്മബന്ധം പ്രതീക്ഷിക്കുന്ന കവിതകളാണ് ഈ ചെറിയ സമാഹാരത്തിൽ ഉള്ളത്. ഇത് ചെറുതായി തീരുന്നത് തന്നെ കൂടുതൽ ചേർച്ചയോടെ വായന ആളുകളുമായി ബന്ധം വെക്കാനാണ് എന്ന് തോന്നുന്നു.

വായനയെ ക്കുറിച്ച് തന്നെ ഇതിൽ സിദ്ധാന്തരൂപത്തോടടുക്കുന്ന ഒരു രചന ഉണ്ട്. കവിതയിലെ മൗനങ്ങളിലാണ് വായനക്കാരൻ വീടു വെക്കുന്നത്, ആ വീട്ടിലാണ് വിചാരങ്ങളുടെ കുഞ്ഞുങ്ങൾ വളരുന്നത്. എന്താണ് വായന എന്നും വായനയുടെ ഫലം എന്താണെന്നും വായനയിലൂടെ കവിത വലുതാവുന്നതെങ്ങനെയാണ് എന്നും ഈ കവിതയിൽ നിന്ന് നമ്മുക്ക് അറിയാനാവും. അതിവികാരപരതയില്ലാതെ ഏതാണ്ട് മൗനത്തിന്റെ അയൽക്കാരായി മാറുന്ന വാക്കുകളിലൂടെ പ്രകടനപരതയില്ലാതെ ഏതാണ്ടൊരു സന്യാസി മട്ടിൽ പ്രവർത്തിക്കുന്ന ഭാഷാരൂപങ്ങൾ ആയിട്ടാണ് എനിക്ക് ഇതിലെ ഓരോ കവിതയും അനുഭവപ്പെട്ടത്.